CÁC SÁCH KHÁC CỦA LOREN CUNNINGHAM
ĐÃ ĐƯỢC DỊCH SANG TIẾNG VIỆT

Phải chăng đó là Ngài, thưa Chúa?

Dám sống trên bờ vực

Tôn Jêsus là Chúa

Chấm dứt nạn đói Kinh Thánh ngày hôm nay

Quyển sách biến đổi các dân tộc

PHẢI CHĂNG ĐÓ LÀ NGÀI, THƯA CHÚA?

LẮNG NGHE TIẾNG PHÁN CỦA ĐỨC CHÚA TRỜI

LOREN CUNNINGHAM

với JANICE ROGERS

HIỆU ĐÍNH **MỤC VỤ TIÊN PHONG**

DỊCH GIẢ **MỤC SƯ HÒA BÌNH**

MỤC LỤC

ĐÂY LÀ QUYỂN SÁCH VỀ SỰ SIÊU NHIÊN

Còn tôi đã sẵn sàng cho điều đó.

Khi vợ tôi là Elizabeth và tôi cùng nhau viết một vài quyển sách đầu tay về Phong trào Đổi mới (Thập tự giá và Con dao bấm, Kẻ lén lút của Đức Chúa Trời, Chốn nương thân), chúng tôi đã đề cập về sự mầu nhiệm và phép lạ, không phải vì những điều đó tạo thêm cảm xúc mà vì không có những điều như thế thì các sự kiện mà chúng tôi thuật lại đã không thể xảy ra. Trong vòng mười năm qua, công tác xuất bản ở Mỹ đã chuyển hướng sang đáp ứng nhu cầu của người tin Chúa về sự tận hiến và kỷ luật.

Nhưng quả lắc đang đánh ngược trở lại, như nó vẫn thường như vậy, từ phía nói ra sự thật về trách nhiệm của chúng ta sang phía cũng nói lên chân lý về sự can thiệp của Đức Chúa Trời. Quyển sách của Loren Cunningham chứa đầy những bằng chứng về sự tể trị của Đức Chúa Trời trong đời sống của chúng ta ngày hôm nay. Thật ra, trong phạm trù giới hạn của con người thì rất khó giải thích về kinh nghiệm của Loren đến nỗi chính ông và người đồng tác giả là Janice Rogers cùng với tôi đã đưa ra một quyết định. Chúng tôi cùng nhau đọc lại bản thảo, loại trừ những sự dẫn dắt lạ lùng nào không có "hai hay ba người làm chứng" (đây là tiêu chuẩn đo lường sự chính xác của Kinh Thánh).

Tôi cũng tình nguyện dự phần vào quyết định này vì tôi giữ vai trò cố vấn biên tập cho dự án, đi lại nhiều tuần để đến thăm 113 cơ sở của Thanh Niên Với Sứ Mạng (YWAM) trên toàn thế giới, giám sát quá trình viết sách. Đây là một kinh nghiệm mới mẻ trong việc vừa làm vừa dạy, mà qua đó tôi tin rằng đã tìm được một tác giả mới rất tốt đó là em gái của Loren tên là Janice Rogers. Janice đã hoàn thành một việc đòi hỏi phải có sự nhạy cảm đó là thống nhất một câu chuyện có những sự dạy dỗ thật chất lượng về một đề tài trọng tâm dành cho từng Cơ Đốc nhân, đó là: "Làm thế nào để nhận ra tiếng phán của Đức Chúa Trời".

Có một vấn đề mà cả ba chúng tôi không bao giờ tìm được hướng giải quyết – đó là cần phải nói gì và đề cập người nào trong số rất nhiều câu chuyện tuyệt vời (đa số là những câu chuyện rất hay của YWAM ngày xưa), rất nhiều người cần được nhắc đến trong câu chuyện này, mà cũng phải kể luôn các vị giáo sư trong đó nữa! Cuối cùng, với vai trò là người ngoài cuộc, tôi đã phải can thiệp để đưa ra một lựa chọn không mấy hào hứng. Vì chúng tôi không thể kể hết toàn bộ câu chuyện – có thể mất tới một tá quyển sách với độ dày như thế này – nên quyển sách này chỉ là câu chuyện đại diện mà vẫn còn nhiều lắm không kể hết được.

Do đó, nếu bạn đã biết YWAM thì đừng tìm kiếm ký ức mà bạn yêu thích – có lẽ nó sẽ không được đề cập trong sách này đâu. Còn nếu bạn *không biết* YWAM, thì bạn đang có một cuộc phiêu lưu kỳ thú trong quyển sách này đấy! Đây là góc nhìn rất nhỏ về Đức Chúa Trời là Đấng vận hành cách năng quyền trong đời sống của loài người. Ngài là Đức Chúa Trời đang chờ đợi bạn mời Ngài bước vào cuộc đời mình...

John Sherril
Những quyển sách chọn lọc
Lincoln, Virginia

ĐÂY LÀ QUYỂN SÁCH VỂ SỰ SIÊU NHIÊN   9

John Sherril
Những quyển sách chọn lọc
Lincoln, Virginia

LỜI CẢM ƠN CHÂN THÀNH

Janice Rogers và tôi muốn cảm ơn những người bạn đã giúp hoàn thành quyển sách này. Đặc biệt là Linda Bond, Lori Bragg, June Coxhead, Katherine Ewing, Jeff Fountain, Sandy Grey, Dodie Gunderson, Becky King, Diane Koppen, Kristen Meidal, Joe Portale, Jim Rogers, Barbara Thompson và Nancy Wade. Chúng tôi cũng gửi lời cảm ơn đến hàng tá những người đã dành nhiều giờ đồng hồ để tìm hiểu thông tin đằng sau mọi chuyện. Xin gửi lời cảm ơn chân thành đến người bạn của chúng tôi là John Sherill vì công sức của anh đã bỏ ra cho dự án này.

1
TẤT CẢ SỰ HÀO NHOÁNG

Tôi nhảy lên những bậc đá cẩm thạch trước cửa nhà của bác gái Sandra, một toà biệt thự lộng lẫy ở bên bờ Lake Worth mà bác gái Sandra và chú George đã mua lại từ một người thuộc dòng họ Vanderbilt. Màn đêm ở tiểu bang Florida được chiếu sáng bởi những ngọn đèn pha đặt giữa những cây kiểng, phản chiếu ánh hoàng kim trên lớp cửa sổ của ngôi nhà sang trọng.

Tôi nhấn chuông trên khung cửa kép. Hawkins, người giúp việc ra mở cửa một cách lạnh nhạt và nghi thức như thường lệ, "Xin chào quý cậu Loren". Hawkins vẫn còn gọi tôi với danh quý cậu mặc dầu tôi đã lên hai mươi sáu tuổi. Ông dẫn tôi vô phòng khách lát đá hoa cương, được trang trí bằng những chiếc bình kiểu Hy Lạp thanh nhã! "Bà Sandra Meehan sẽ tiếp cậu ở phòng thư viện".

"Cảm ơn ông Hawkins, trông ông vẫn còn khoẻ lắm".

Hawkins cúi đầu tiếp nhận lời khen rồi đưa tôi vào thư viện. Ông bỏ tôi ngồi một mình ở đó và đi gọi chủ nhà. Trong số hai mươi phòng của toà biệt thự mùa đông, tôi thích phòng thư viện này nhất. Căn phòng màu xanh và màu nâu nhạt được trải thảm Ba Tư, với những tủ chứa đầy sách từ sàn nhà tới trần nhà. "Chẳng có gì ở đây thuộc về ngươi đâu!" Tôi thầm nói khi chợt nhìn thấy bản thân trong tấm gương phía sau chiếc ghế.

Ánh sáng chiếu vào gương mặt tôi dưới một góc độ làm lộ ra một vết sẹo từ thời niên thiếu, thời kỳ mà tôi vừa mới thấm thoát ra khỏi cách đây không lâu. Nếu tôi nhận lời đến đây ở cùng với bác gái, chắc bà đã bắt tôi đi sửa mặt một cách đắt tiền. Mái tóc nâu đậm của tôi sẽ không có vẻ phai nắng như tóc của những người yêu ánh nắng mặt trời ở khu Palm. Thân hình tôi có vẻ mảnh khảnh như bác gái, chẳng bởi ăn uống theo chế độ kiêng cử nhưng vì thiếu ăn trong chuyến đi thám hiểm vòng quanh thế giới vừa qua.

Rồi cặp mắt của tôi dừng lại trên quả địa cầu bên cạnh chiếc ghế bọc da màu nâu đậm mà bác trai tôi vô cùng ưa thích. Trong khoảnh khắc, một khải tượng hiện ra trước mắt tôi, một khải tượng kỳ lạ theo đuổi ám ảnh tôi suốt sáu năm nay kể từ khi tôi bước vào tuôit đôi mươi. Trog khải tượng tôi thấy từng lớp từng lớp người trẻ như tôi đây, thanh niên, thiếu niên đi truyền giáo như những làn sóng đại dương đổ xô vào bờ biển của các lục địa... Khải tượng hiện đến với tôi thật trớ trêu, tôi là ai mà dám nghĩ đây là mạng lệnh Chúa giao cho mình. Biết bao nhiêu người cũng thấy "khải tượng". Phải chăng đây là một trong những sự dẫn dắt đi dần tới sự khởi đầu của một công tác lớn cho Chúa. Tôi biết nếu tôi chia sẻ điều này cho bác gái tôi, tính nhạy cảm của bác sẽ không chịu đựng nổi sự sửng sốt.

Bác gái Sandra bước vào phòng thư viện cùng con chó Gail của bác. "Chào cháu yêu của bác". Nói rồi bà bước qua tấm thảm Ba Tư với dáng đi thanh nhã lịch sự, khác hẳn với sự hỗn hào của con chó loại Boxer lực lưỡng, mũi tẹt, đuôi cụt đang mừng rỡ nhảy chồm chồm lên tôi. Bởi được lớn lên trong một gia đình mục sư lưu động nghèo khó, tính thanh nhã không phải là đức tính tự nhiên từ thuở thơ ấu của bà và cha tôi.

"Thật phước hạnh làm sao, cháu của bác đến thăm. Bác trai sẽ về nhà hơi muộn". Tôi biết bác trai đang còn ở câu lạc bộ những gôn của bác ấy. George Meehan trở nên giàu có vì kinh doanh vải vóc, nay về hưu sống thanh nhàn ở ba dinh thự sang trọng. Mùa hè gia đình ông sống ở bờ hồ Placid, mùa đông ở khu Palm, mù xuân và mùa thu ở Providence, trên hòn đảo Rhode. Trí nhớ tôi luôn luôn in đậm hình ảnh bác George tập chơi gôn, đánh hàng thúng những trái gôn xuống đáy hồ. Bác George của tôi là như vậy đó.

"Loren! Bác biết con mệt lắm". Nhưng trước hết con có muốn ăn lót dạ trước khi đi ngủ không?" Đó là câu nói vui bởi bác biết tôi yêu chuộng những món ăn ngon lành mà đầu bếp của họ chế biến một cách khéo léo. Một nàng hầu bưng đồ ăn vào phòng. Trong khi bác Sandra nhã nhặn ăn vài miếng bánh quy, tôi ngấu nghiến thoả mãn cơn đói đồng thời kể lại cho bác chuyến đi thám hiểm vòng quanh thế giới của mình. Tôi muốn tìm hiểu ý nghĩa của khải tượng kỳ lạ mà Chúa đã ban cho tôi.

Bác Sandra chẳng tỏ vẻ quan tâm gì lắm. Bác thất vọng với đạo Chúa khi còn thuở thơ ấu và bây giờ chỉ muốn quên nó đi. Bác ngồi nghe câu chuyện của tôi một cách miễn cưỡng và khi tôi vừa mới ngưng lời, bác vội vàng cắt ngang.

"Bác mừng cho cháu. Thanh niên ngày nay cần phải có cách để tiêu hết năng lượng trong họ. Bác cũng có nhiều chuyện để nói lắm. Tuy nhiên cháu đi đường mệt nhọc cần nghỉ ngơi, chúng ta có thể tiếp tục nói chuyên ngày mai nữa".

Trong khi lên buồng ngủ ở tầng trên mà bác Sandra dành riêng cho tôi, tôi biết trong thâm tâm điều mà bác muốn nói đến: Bác trai George đang có một nhã ý lớn cho cuộc đời tôi. Tuy nhiên tôi chẳng có gì hào hứng trông chờ điều ấy. Tôi cẩn thận trườn người vào giữa hai lớp chăn lụa, nhưng không tài nào nhắm mắt được. Trong khi ánh trăng bạc từ từ di chuyển bóng cây dọc theo bức tường theo canh đêm, tôi nằm đó với một nỗi ưu tư: Ngày mai tôi sẽ phải nói cho bác những gì mà Chúa đã phán cho tôi.

Gối đầu trên hai cánh tay đặt sau gáy và hướng cặp mắt đã, chiếu lên trần nhà tranh tối tranh sáng, tôi tự hỏi mình: làm sao người có thể giải thích cho bác Sandra rằng ngươi nghe được tiếng Chúa phán, trong khi bà ấy đã từng bị tổn thương, thất vọng bởi những lời tuyên bố tương tự trong quá khứ? Trước khi nói điều ấy ra ngươi phải cẩn thận, nhất là những chi tiết có thể làm phụ lòng bác Sandra.

Lắng nghe tiếng Chúa phán đã nhiều lần đưa gia đình tôi đến những bước ngoặc cuộc sống. Ông nội tôi đã từng làm chủ một tiệm giặt giũ quần áo ở Uvalde, Texas, nhờ vậy gia đình ông có thể sinh hoạt một cách thoải mái. Đột nhiên ông nhận được sự kêu gọi của Chúa ra đi truyền giảng. Ông liền treo bảng quảng cáo bán tiệm của mình. Anh trai của ông nội tuyên bố thẳng thừng: "Tao nói thật cho mày biết, mày là đồ ngu". Ông nội liền đáp lại: "Quả thật, tôi là đồ ngu, nếu đã nghe tiếng Chúa phán rõ ràng mà không vâng lời".

Tôi luôn thắc mắc, cố gắng giải thích những sự kiện xảy ra trước đó. Đầu tiên ông nội tôi tuân theo sự kêu gọi bằng cách làm công ở nhiều thị trấn bang Texas, đồng thời truyền giảng lời Chúa vào những ngày cuối tuần. Rồi chuyện bất hạnh xảy ra, khi bệnh dịch đầu mùa lan tràn ở San Antonio năm 1916. Ông nội tôi phải đến ở khu cách ly của bệnh viện để chăm sóc vợ và hai đứa con trai đang nhiễm bệnh nghiêm trọng (ngoài ra còn có ba cô con gái ở nhà nữa).

Sau hai tuần túc trực bên giường bệnh, ông nội tôi thấy bệnh tình của vợ con bắt đầu dịu đi. Ông liền báo cho mấy cô con gái chuẩn bị nhà cửa sẵn sàng để đón mẹ và các em về nhà trong một ngày không xa.

Đột nhiên tình trạng của bà nội biến đổi nhanh chóng. Tất cả mọi người đứng bên giường bệnh bất lực nhìn bà quần quại, yếu dần rồi trút hơi thở cuối cùng. Giám đốc bệnh viện đòi ông nội phải lập tức chôn bà nội ngay ngoài phạm vi bệnh viện. Vài giờ sau chiếc xe cứu thương chở ông nội và hai cậu con trai về nhà trong cơn choáng váng và tang thương.

Ba cô con gái chạy ùa ra đón họ một cách mừng rỡ. Chúng hỏi: "Mẹ ở đâu?" Khi ông nội kể lại sự tình, cô lớn nhất, Arnette khóc thét lên và chạy vội vô nhà, còn hai cô trẻ hơn, Gertrude và Sandra cứ đứng ôm nhau như trời trồng và khóc thúc thít. Tuy nhiên điều bất hạnh không dừng lại ở đó. Cùng ngày, những người trong Uỷ ban dịch tễ đến nhà bắt ông nội phải đem hết chăn nệm quần áo ra ngoài vườn để đốt. Chỉ trong vòng hai mươi bốn tiếng đồng hồ, ông nội tôi và gia đình mất hết tất cả những gì họ có. Tệ hơn nữa họ còn mất đi mối liên hệ cha con vì những ngày sau đó.

Chẳng bao lâu sau đó, ông nội tuyên bố rằng ông sẽ bắt đầu hầu việc Chúa trọn thời gian. Đây chính là nguyên nhân làm co bác gái Sandra của tôi thất vọng nhiều nhất. Nghe được tiếng Chúa phán không phải là khó. Nếu đã biết Chúa, chúng ta đã nghe được tiếng Ngài gọi: "Tiếng gọi nhỏ nhẹ trong tâm linh đã đưa mình đến sự cứu rỗi. Tuy nhiên chúng ta có thể vâng lời Chúa phán mà vẫn phạm sai lầm nếu không tiếp tục lắng nghe những chi tiết cụ thể. Sau khi giao sứ mạng, Chúa sẽ còn gửi đến *lời chỉ dẫn về thời gian và phương cách* thực hiện công việc đó nữa". Ông nội tôi vâng lời Chúa biết việc mình phải làm là truyền giảng Phúc Âm, nhưng thiếu sót trong việc lắng nghe lời Chúa đến nơi đến chốn. Nếu như ông làm trọn phần thứ hai tôi tin chắc những điều mâu thuẫn đã trở nên ít thương tổn hơn nhiều.

Ông nội tôi nhìn nhận mình như một giảng viên lưu động: Ông không thể đem theo năm đứa con thơ nên chúng phải ở nhờ tại nhiều gia đình khác nhau, lúc đầu là họ hàng thân thuộc sau đó là những nông trại trong vòng bạn bè. Hồi đó, người ta cho rằng một đứa trẻ được chăm sóc chu đáo khi nó có một mái nhà để ở và ba bữa cơm để ăn. Năm đứa con của ông phản ứng với quyết định qua những cách khác nhau. Hai đứa càng ngày càng trở nên hờ hững, còn bác Sandra và Arnette trở nên cay đắng, coi sự kêu gọi điên rồ của ông nội là nguyên nhân sự tan vỡ, bất hạnh trong tuổi thơ của họ. Họ quyết định chẳng bao giờ muốn dính dáng vào "đạo Chúa kiểu như vậy" nữa. Khi lớn lên, mỗi người đều bắt đầu kinh doanh một cách riêng rẽ, hết sức làm giàu bởi vì họ coi đó là câu trả lời cho sự mất mát của mẹ và gia đình. Cả hai đều thành công, tuy nhiên Sandra có phần trội hơn, cuối cùng bác về hưu với ba dinh thự sang trọng.

Còn cha tôi, Tom, đứa con trai lớn của ôn nội thì sao?

Kỳ lạ thay, sau khi đi ở nhờ trong chính gia đình khác nhau, cha tôi chẳng bao giờ trách mắng ông nội trong vấn đề vâng theo tiếng gọi của Chúa. Ngược lại, khi lên mười bảy tuổi, chính cha tôi cũng cảm nhận được sự kêu gọi cho bản thân. Ông bắt đầu ra đi, cùng ông nội tổ chức những buổi truyền giảng khắp mọi nơi trong miền Tây Nam nước Mỹ.

Có lẽ đây là thông lệ, quyết định của cha tôi gặp một thử thách không nhỏ. Ông nhận được một bức thư khác thường từ Arnette, người chị lớn nhất trong gia đình ở Miami.

Cha tôi mở phong bì, lấy ra trang giấy với những dòng chữ nguệch ngoạc của Arnette. Trong thư Arnette nói rằn nếu cha tôi tiếp tục học hết trung học, cô ta sẽ trả tiền học phí cho chương trình đại học để cha tôi có thể trở thành một kỹ sư. Đây quả là một cơ hội hiếm có, nhưng cha tôi biết rằng nó sẽ bắt ông phải xa rời sự kêu gọi của Chúa. Cha tôi cảm ơn Arnette và từ chối đề nghị trên.

Arnette phản ứng một cách nhanh chóng và phũ phàng: "Nếu mày cứ tiếp tục sống cả đời băng sự quyên góp của từ thiện dưới danh nghĩa tôn giáo, đừng bao giờ nhắc đến tên tao nữa!" Arnette viết vậy.

Những lời nói thâm thuý này làm cha tôi nhức nhối như bị kim châm bởi nó dường như mô tả đúng một phần tình trạng cuộc sống của cha tôi. Lúc ấy cha tôi bắt đầu giúp đỡ ông nội trong các buổi truyền giảng. Ông nội tôi chẳng bao giờ thiết tha đến bằng cấp học vấn nào hơn để vươn tới cuộc sống dễ dãi. Ông chỉ muốn giúp những nhóm người nghèo khổ thiếu thốn. Nhiều khi phần thù lao nhận được chẳng có gì hơn vài món đồ hộp, hay rau tươi, thỉnh thoảng một con gà. Ở một nơi kia, ông nội và cha tôi ăn táo khô ngày ba bữa trong suốt hai tuần lễ, không có một chút đường hay gia vị nào cả.

Sau ba năm phục vụ với phương tiện sinh sống đơn sơ, cha tôi cảm thấy mệt mỏi. Năm mười chín tuổi, mặc dầu vẫn tin mình có sự kêu gọi truyền giáo, ông quyết định hoãn nó lại một thời gian. Cha tôi rời ông nội và tìm được một công việc tốt ở thành phố Oklahoma trong hãng xây cất khách sạn Biltmore.

Một ngày kia, trên một cái xà ngang rộng mười phân ở tầng thứ 24 cha tôi đang đứng nhìn một kiện hàng lớn được cần cẩu kéo lên. Đột nhiên kiện hàng văng chệch về hướng cha tôi. Ông vội ôm lấy nó và treo lơ lửng trên không một cách tuyệt vọng trong khi những công nhân khác la hét ở dưới. Sau khi được cứu, cha tôi quyết định một điều chắc chắn: Cho chủ hãng biết mình sẽ nghỉ việc sau hai tuần, đi tìm ông nội và trở lại công tác truyền giảng lưu động.

Cha tôi không bao giờ quên được giây phút giáp mặt với tử thần. Ông được Chúa ban cho cơ hội lần thứ hai và quyết tâm vâng lời ngay bây giờ chứ không phải ở một thời điểm nào đó trong tương lai khi mình tự cảm thấy thoải mái.

2

DI SẢN TÂM LINH CỦA GIA ĐÌNH

Khi đánh đàn ghi-ta và hát trong các cuộc truyền giảng của ông nội, Tom Cunningham, cha tôi với gương mặt vuông vắn và mái tóc nâu đậm lượn sóng một cách tự nhiên khiến nhiều thiếu nữ xao xuyến trong lòng.

Tuy nhiên có một trường hợp cá biệt.

Một ngày kia cha tôi cùng ông nội đến một thành phố nhỏ ở bang Oklahoma, nơi mà một gia đình mục sư lưu động khác đnag tổ chức buổi truyền giảng. Câu chuyện của gia đình Nicholson này không thiếu những chi tiết ly kỳ.

Người cha trong gia đình, ông Rufus là một người thông minh, hoạt bát trong nghề lĩnh canh ở Oklahoma. Năm 40 tuổi ông từ bỏ thói quen uống rượu bí tỉ, đáp ứng sự kêu gọi của Chúa Jêsus bằng cách chất cả gia đình ên một chiếc xe ngựa kéo và bắt đầu công tác truyền giảng lưu động. Jewell đưá thứ ba trong năm người con của ông bà Nicholson, mới lên hai tuổi đã là một đứa trẻ nhạy cảm thuộc linh. Nghe được tiếng Chúa phán chẳng phải là điều đáng ngạc nhiên đối với Jewell, nhiều người có mặt trong các buổi truyền giảng do gia đình tổ chức đều làm chứng như vậy. Một buổi chiều mùa xuân nọ, Jewell bờ suối cầu nguyện. Đột nhiên

Chúa bắt đầu phán cho cô một cách rõ ràng: "Ta muốn ngươi làm một người truyền bá Phúc Âm!" Khi Jewell lên mười bảy tuổi, cô đã trở nên một giảng viên chuyên môn trong dòng họ Nicholson.

Khi Tom Cunningham chạm trán với Jewell Nicholson, anh chàng lập tức bị thôi miên bởi cặp mắt sắc sảo và ăn nói cách thẳng thắn của cô. Tom bắt đầu tìm cách gần gũi Jewell, nhưng cô nàng vì quá quan tâm đến trách nhiệm truyền giáo của bản thân nên chẳng đếm xỉa đến Tom. Tom kiên nhẫn săn đón nhiều tháng cho đến khi Jewell cảm thấy rung động. Cuối cùng cô chấp nhận lời dạm hỏi của Tom và hai người đính hôn trong một buổi lễ đơn sơ ở Yellville, bang Arkansas. Tom không có tiền phải mượn ba đồng để mua giấy đăng ký hôn thú.

Ngay lễ cưới, cha mẹ tôi lên đường đi truyền giảng lưu động từ thành phố này sang thành phố khác. Họ công bố Phúc Âm trên đường phố hay dưới mái nhà dựng tạm bằng những thân cây và cành lá mà người ta gọi là "lều tranh".

Đó là những năm tháng thiếu thốn. Tài sản của họ chẳng có gì hơn là một chiếc xe hơi tám tuổi hiệu Chevy, vài nhạc cụ, vài bộ quần áo và tất nhiên hai cuốn Kinh Thánh. Với phương tiện thô sơ như vậy, họ sẵn lòng hầu việc Chúa và phục vụ một cách hiệu quả.

Để làm được điều ấy, lẽ dĩ nhiên họ phải nghe được tiếng Chúa phán rõ ràng. Cả hai thường nói về sự chỉ dẫn của Chúa mà họ quen thuộc: Khi thì "tiếng phán nhỏ nhẹ" trong tâm linh, khi thì lời nói có thể nghe bằng thính giác, có lúc là những ấn chứng trong trí óc. Họ cũng kinh nghiệm lời phán qua Kinh Thánh, qua khải tượng và qua tiên tri bằng hành động.

Mục đích cuối cùng của sự dẫn dắt là công bố cho mọi người biết về Chúa Jêsus. Chúng ta đang thực hiện một nhiệm vụ hết sức cấp bách mà không ai khác hơn ngoài chính Chúa Jêsus giao phó... "Đó là Đại Mạng Lịnh: 'Hãy đi khắp thế gian, giảng Tin Lành cho mọi người'". Chìa khoá giải quyết mọi vấn đề. Nếu Chúa thực sự sai phái người ra đi truyền giáo, chắc chắn Ngài sẽ hướng dẫn họ. Cha tôi thường nói vậy mỗi khi hai ông bà tìm kiếm sự chỉ dẫn của Chúa.

Cha mẹ tôi đi đến bất cứ nơi nào mà họ tin rằng Chúa đã sai phán. Họ chẳng ngần ngại bão tuyết hay mưa đá, họ quen thuộc với sinh hoạt gia đình ở phía sau của chiếc xe hơi. Họ chấp nhận bất cứ khoản thù lao nào mà hội thánh địa phương có thể đóng góp, hoặc vui lòng với đồng xu mà người ta thương hại liệng dưới chân họ trong khi cố gắng học hỏi phương cách gắng nghe và vâng lời Chúa phán. Kết quả của sự mạo hiểm dẫn đưa mình vào sự dẫn dắt của Chúa là ba hội thánh mà họ đã gây dựng nên vẫn còn đứng vững cho đến ngày nay.

Dân dần gia đình cha mẹ tôi bắt đầu tăng trưởng. Chị Phyllis của tôi sinh năm 1933. Sau đó hai năm tôi chào đời ở thị trấn Taft, bang California. Ký ức đầu tiên nhất của đời tôi còn ghi lại hình ảnh cuộc sống của gia đình trong một túp lều rộng 1.5m vuông với những hộp cát-tông làm bàn ghế trong một thị trấn đầy cát bụi trên sa mạc Arizona. Tuy nhiên tôi không bao giờ cảm thấy tuổi thơ mình bị mất đi nhưng ngược lại, tôi lớn lên trong niềm kiêu hãnh.

Cha mẹ tôi khi ấy đang xây dựng một nhà thờ cho nhóm tín hữu khoảng sáu chục người. Hàng ngày ông bà vật lộn trong đống than xi, làm khuôn đúc gạch, phơi nắng và kiến trúc giáo đường bằng đôi tay của mình.

Cha mẹ luôn cho phép chúng tội dự phần trong công việc của nhà thờ và thực hành khả năng lắng nghe tiếng Chúa. Ngay khi lên sáu, sau một nhóm buổi tối Chúa nhật, lầm đâu tiên tôi nghe thấy tiếng gọi ngọt ngào của Chúa và biết mình thuộc về Ngài. Nghe được một lần đã là điều phước hạnh, tuy nhiên thường xuyên nghe được tiếng Chúa phán trong hoàn cảnh sống hằng ngày từ thứ hai đến thứ bảy mới là điều tôi thật sự quan tâm. Một trong những sự kiên tương tự xảy ra khi tôi lên chín tuổi. Lúc ấy gia đình tôi sống ở Covina, một thị trấn trong miền trồng cam, năm mươi cây số phía đông thành phố Los Angeles.

Buổi chiều hôm đó, trước giờ cơm tối, tôi chạy bổ vào nhà trước khi cánh cửa đập cái rầm sau lưng tôi. Chị Phyllis, mười một tuổi, bước ra, đặt tay lên miệng ra hiệu rằng tôi phải ý tứ bởi em Janice, em gái mới sinh đang ngủ trong phòng bên cạnh. Tôi lảng vảng bước vô bếp trong khi mẹ tôi đang lấy ổ bánh làm từ bột ngô ra khỏi lò nướng. Rồi toi nhấc nắp vung của cái nồi lớn đặt tren bếp, đưa mũi ngửi mùi thơm ngào ngạt của cháo đậu đỏ và thịt heo muối.

"Loren! Con cạy ra tiệm của bà goá và mua giúp mẹ lít sữa được không? Mẹ không có tiền lẻ, vậy con phải cẩn thận vì đậy là số tiền suy nhấtc ogn lại để mua thức ăn cho cả tuần!" Nói rồi bà trao cho tôi tờ bạc năm đồng.

Tôi nhét tờ bạc vào trong túi quần jeans rồi thổi sáo gọi con chó Teddy. Dù quảng đường chẳng có gì xa xôi, tôi đã mất không ít thời gian trước khi tới tiệm bà goá, vừa đi vừa đá chiếc vỏ hộp trên đường hoặc dừng lại đôi lần điều tra mấy chiếc nắp lọ nước giải khát hoặc lấy que gõ lách cách trên hàng rào của hàng xóm.

Cuối cùng tôi nhảy lên bậc cửa tiệm của bà goá, thực ra đây chỉ là một phòng khách của một căn nhà nhỏ với nhữnng kệ hàng tạp hoá. Tôi đem hai lọ sữa đến bàn tính tiền, rồi thò tay vào túi quần lục lọi tìm kiếm tờ bạc mẹ tôi vừa mối đưa cho. Tim tôi ngừng đập. Nó biến đi đâu mất rồi. Cả túi trái, túi phải, túi ngoài túi trong đều trống rỗng. Bà chủ tiệm kiên nhẫn chờ đợi…

"Cháu đã đánh mất tiền rồi, hu hu". Tôi bật khóc rồi quay ra tay không, cùng với con chó đi ngược quảng đường mà mình vừa mới đi qua, hốt hoảng tìm mọi nơi mà mình có thể dừng lại. Vô ích, tờ bạc vẫn im hơi lặng tiếng. Chẳng còn cách nào khác là quay về về nhà thú tội với mẹ.

Mẹ tôi vẫn còn ở trong bếp, tôi bước vô phòng và đóng cửa

hết sức nhẹ nhàng sau lưng. Mẹ đoán ngay được việc gì không vui xảy ra. Mặt bà xám đi khi nghe tôi kể lại câu chuyện – bởi vì đó là một sự mất mát rất lớn của gia đình tôi. Tuy nhiên, bà lấy lại sự tươi tỉnh ngay lập tức.

"Con ơi, lại đây. Chúng ta hãy cầu nguyện xin Chúa cho biết đông tiền ấy ở đâu".

Nói rồi bà vòng tay ôm đôi vay gầy gò của tôi và thưa với Chúa: "Chúa ơi, Chúa biết chính xác tờ bạc ấy nằm ở đâu. Chúng con xin Chúa chỉ cho chúng con, xin Chúa nói vào tâm trí chúng con. Thưa Chúa, Ngài biết chúng con cần số tiền ấy để mua thực phẩm cho gia đình tuần này".

Nói rồi bà đứng yên lặng, nhắm mắt chờ đợi. Không gian yên lặng, chỉ còn lại tiếng kêu lách cách của nồi cháo đậu đỏ trên bếp lửa.

Đột nhiên bà nắm chặt vai tôi và nói giọng thấp hơn bình thường một chút: "Loren, Chúa nói cho mẹ biết tờ bạc đang nằm chờ ở dưới bụi cây". Rồi bà chạy vụt ra ngoài cửa, tôi cũng lẻo đẻo đuổi theo.

Bóng đếm đã đổ xuống khi mẹ và tôi lần mò trên con đường tới tiệm tạp hoá. Bà dừng lại trước một bụi cây thường xuân rậm rạp và nói một cách hùng hồn: "Mẹ con mình hãy thử tìm ở đây đi". Lúc đó, thật khó ai có thể nhận ra bàn tay mình dưới gốc cây tranh tối tranh sáng, tuy nhiên chúng tôi gắng giương cặp mắt nhìn vô và kìa, tờ bạc năm đồng đang nằm khơi khơi bên gốc cây rậm rạp.

Tối hôm ấy, khi chúng tôi vừa nhấm nháp ly sữa tươi với cháo đậu đỏ và bánh ngô nướng, vừa kể lại câu chuyện Chúa săn sóc gia đình mình cho cha tôi, chị Phyllis và em bé Janice. Chúng tôi chẳng ngờ rằng đây là một trong những kinh nghiệm mà Chúa sử dụng để huấn luyện mình trong sự tin cậy Chúa.

Ba tháng sau, chị em chúng tôi học thêm một nguyên tắc mà sau này nó liên tục đóng vai trò quan trọng trong cuộc sống chúng tôi. Bên bàn ăn trong bữa sáng, cha tôi cho biết ông sẽ phải đi xa vài ngày và giao trách nhiệm cho tôi chăm sóc gia đình. Lúc ấy, tôi mới lên mười, "Ba sẽ đi công tác ở thành phố Springfield, bang Missouri". Tuy xa cách nửa vòng đất nước nhưng với phương tiện điện thoại, chúng ta không bị mất liên lạc đâu", ông gắng an ủi.

Rồi sau đó cũng qua điện thoại chúng tôi biết được cha mình bị lên cơn đau ruột thừa. Các bác sĩ không thể giải phẫu vì màng bụng bị viêm trầm trọng và họ thiếu pê-ni-xi-lin trong hoàn cảnh chiến tranh (Thế chiến thứ hai). Chắc cha tôi sẽ chết trong vòng một thời gian ngắn.

Mẹ tôi treo điện thoại lên trên tường rồi quay sang tuyên bố: "Chúng ra phải cầu nguyện, cầu nguyện hết sức mình". Bà còn nhấn mạnh mấy chữ cuối nữa. Tôi bò ra phía sau bộ sô-pha và ngồi đó cầu nguyện hàng giờ. Hai ngày sau, bệnh tình của cha vẫn không thuyên giảm. Chúng tôi cần phải nghe một điều gì đó từ Chúa – một lời phán để chúng tôi có chỗ bấu víu, đặt niềm tin trong hoàn cảnh khó khăn. Rồi một sự kiện mà tôi không bao giờ quên được đã xảy ra.

Ba ngày sau khi nhận được tin dữ, có người gõ cửa. Mẹ tôi mở cửa đón người khách vào nhà cùng với hơi lạnh giá của buổi sáng tháng hai. Đó là một người đàn ông trong nhà thờ. Dáng điệu ông làm tôi nhớ đến vị giám đốc nhà tang lễ mà tôi đã từng gặp, với nét mặt dài thườn thượt và đôi mắt lờ đờ. Ông đứng đó, trang nghiêm hơn mọi ngày, mấy ngón tay mân mê vành mũ nỉ như đang run sợ điều ám ảnh trong tâm trí mà ông sẽ phải nói ra.

"Có chuyện gì vậy?" Mẹ tôi chẳng bao giờ e thẹn, ngần ngại nhưng đi ngay vào trọng tâm câu chuyện.

"Chị Cunningham", người khách đáng thương cuối cùng thốt lên. "Chúa cho tôi một giấc chiêm bao rằng chồng chị sẽ trở về trong chiếc quan tài".

Khi ấy tôi cảm thấy lười mình dường như quá khổ phía sau

hàm răng. Tôi nhìn mẹ tôi. Bà trầm tĩnh suy nghĩ một phút rồi lên tiếng nhẹ nhàng nhưng chắc chắn: "Cảm ơn ông đã đến đây để thông báo cho tôi biết tin này. Tuy khó tiếp nhận lắm nhưng tôi hứa sẽ tìm kiếm ý Chúa và hỏi xem giấc mơ này có thực sự đến từ Ngài không? Một điều quan trọng như vậy chắc chính Chúa sẽ thông báo cho chúng tôi biết, phải không ông?"

Đây là lời khẳng định chứ không phải câu hỏi, sau đó mẹ tôi cảm ơn ông khách lần thứ hai và mở cửa để ông bước ra ngoài. Rồi mẹ tôi cúi đầu cầu nguyện: "Phải chăng đí là Ngài, thưa Chúa? Con xin sẵn sàng chấp nhận lời của ông này nếu như nó đến từ Chúa. Con chỉ xin Ngài cho con biết chắc chắn mà thôi".

Mẹ tôi có một mối liên hệ gần gũi với Cha thiên thượng đến nỗi bà hoàn toàn trông đợi câu trả lời của Ngài trong vấn đề trọng đại này. Không để một nỗi nghi vấn hoặc áng mây ngờ vực ám ảnh, bà giao mọi sự cho Chúa và lên giường nằm ngủ.

Sáng hôm sau, khi chúng tôi ngồi vào bàn ăn cháo bột yến mạch, mẹ tôi đặ bé Janice lên ghế cao (cho con nhỏ ngồi bên cạnh bàn ăn) rồi tuyên bố cho tội và chị Phyllis: "Mẹ có một giấc mơ tối hôm qua."

Chúng tôi ngồi yên lặng.

"Trong giấc mơ mẹ thấy cha các con trở về nhà, bằng xe lửa trong bộ đồ ngủ".

Điều ấy xảy ra y hệt như giấc mơ của mẹ tôi. Chúng tôi nhận được tin rằng cha tôi đã hồi phục và đang chuẩn bị trở về California. Mặc dầu ông gặp nhiều khó khăn vì phương tiện vận chuyển phải được ưu tiên cho quân đội thời chiến, nhưng nhờ người bạn sắp xếp, cha tôi có được môtj giường ngủ trên toa xe. Cuối cùng ông trở về đúng theo cách mà mẹ tôi mô tả: trên xe lửa với bộ đồ ngủ. Ông choàng chiếc quần dài lên quần ngủ rồi cùng chúng tôi bước đi trên sân ga. Thật buồn cười khi mọi người thấy gia đình tôi bấu víu chống đỡ cho cha mình đang còn yếu mệt, lê lết chiếc dép dùng để đi trong nhà trên thềm đá. Cha tôi chẳng bận tâm, chúng tôi cũng vậy. Ông đã trở về cùng chúng tôi.

Sau đó mẹ tôi chỉ ra một nguyên tắc quan trọng. "Nhận được sự dẫn dắt của Chúa cho người khác là một vấn đề rắc rối. Chúng ta có thể nghe những lời khẳng định qua người những khác nhưng nếu Chúa có điều gì quan trọng muốn nói với mình, chính Ngài sẽ trực tiếp làm điều đó".

Với gia sản tâm linh như vậy, chẳng có gì ngạc nhiên, sớm muộn tôi cũng nhận được sự kêu gọi "hãy đi khắp thế gian, giảng Phúc Âm cho muôn người". Sự kêu gọi ấy đòi hỏi tôi phải áp dụng tất cả kinh nghiệm lắng nghe tiếng Chúa phán mà mình đã học hỏi.

3
EM GÁI NHỎ ĐÃ THAY ĐỔI CUỘC SỐNG CHÚNG TÔI

Nếu có thể nhìn lại quá khứ, nhiều khi chúng ta phát giác được tính hài hước êm dịu của Chúa khi Ngài dẫn dắt chúng ta. Làm sao tôi có thể ngờ được một bài thuyết trình mười phút cứng nhắc, khô khan của một cậu thiếu niên có thể trở nên chủ đề cuộc sống bản thân trong nhiều năm tới.

Chính tôi lại là tác giả của bài thuyết trình dở òm đó.

Lúc ấy tôi mười ba tuổi. Từ ngôi nhà mới ở phía tây Los Angeles, chúng tôi đến thành phố Springdale, bang Arkansas để thăm họ hàng bên ngoại. Cha tôi chỉ ở đó vài ngày rồi phải ra đi, còn mẹ vẫn ở thêm ít lâu nữa. Bấy giờ cả hai ông bà đều đã được phong chức mục sư trong hệ phái Ngũ Tuần. Cả họ hàng bên ngoại trừ một người, đều làm mục sư hay truyền đạo. Bác của tôi gợi ý mẹ tổ chức buổi truyền giảng cho thanh niên trong hội thánh của ông.

Tối hôm ấy, sau bài giảng của mẹ tôi, tôi đến quỳ gối tựa mình vào lan can trước bục giảng. Đột nhiên tôi cảm thấy mình dường như không còn ở trong nhà thờ nữa nhưng bay bổng trên không trung. Trước mắt tôi hiện ra một dòng chữ viết đậm: "Hãy đi khắp thế gian, giảng Tin Lành cho mọi người". Đó là đại mạng lịnh được ghi lại trong Mác 16:15. Tôi mở mắt ra, dòng chữ đó vẫn còn. Tôi nhắm mắt lại, từng lời nói của sứ mạng vẫn nung nóng trong lòng tôi.

Không nghi ngờ gì nữa, tôi đã được Chúa kêu gọi vào trong chức vụ, có thể với tư cách là giáo sĩ bởi vì dòng hữ trước mặt tôi nhấn mạnh "Hãy đi khắp thế gian".

Tôi đứng dậy và bước qua vòng người đang cầu nguyện trước bục giảng để tìm mẹ tôi. Quỳ xuống bên bà, tôi thổ lộ những điều vừa mới xảy ra. Mẹ nhìn tôi với một nụ cười rạng rỡ trên khuôn mặt và ôm chặt lấy tôi. Tuy nhiên, bà chẳng nói gì. Sáng hôm sau, bà thể hiện sự đồng tình của mình một cách khác thường.

"Con, hãy đi với mẹ", mẹ tôi nói với giọng thẳng thắn như thường lệ, rồi chúng tôi cùng nhau bách bộ tới một tiệm giày ở trung tâm thành phố. Bà nói với cô bán hàng: "Xin cô cho chàng trai này thử một đoi giày tốt nhất trong tiệm". Tôi nhìn mẹ một cách kinh ngạc. Giày của tôi khi ấy vẫn còn khá tốt. Tôi mang nó đi học hoặc đi nhà thờ nhưng mỗi khi chạy chơi cùng với các anh em họ, tôi cởi nó ra và đi chân không cho dễ chịu.

Mẹ nhìn thẳng vào mắt tôi với một nụ cười: "Con không biết dây là điều đáng mừng sao? Cha mẹ rất tán thành câu Kinh Thánh: 'Đẹp làm sao bàn chân truyền đạo nhẹ nhàng vước trên rặng núi cao. Tin Lành bình an đem công bố, ân điển cứu rỗi gắng rao truyền'".

Cả gia đình ai nấy đều vui mừng khi nghe câu chuyện của tôi. "Không có cơ hội nào tốt hơn lúc này để tôi thử lông thử cánh, phải không bác?" Bác tôi đồng ý và quyết định cho phép tôi giảng thay mẹ tôi trong buổi nhóm tối thứ năm tuần tới.

Ý nghĩ được đứng trên bục giảng và nói chuyện với những người nông dân ở Arkansas làm tôi hào hứng làm sao. Ngay nuổi chiều hôm ấy tôi bắt dầu cầu nguyện cho bài giảng. Suốt mấy ngày, tôi xin Chúa cho tôi câu gốc thích hợp và một ý nghĩ luôn

luôn ám ảnh tâm trí tôi: "Hãy giảng về sự cám dỗ của Chúa Jêsus trong đồng vắng!" Một đề tài quan trọng cho chính bản thân tôi trong kinh nghiệm được Chúa dẫn dắt.

Tôi cảm thấy ngượng nghịu khi nghĩ mình sẽ đứng trước những gương mặt rám nắng, già dặn của những người lớn tuổi để giảng về sự cám dỗ. Tôi chẳng biết gì to tát hơn sự cám dỗ của một cậu thiếu niên mười ba tuổi. Nó mang tính chất cá nhân như tất cả mọi cám dỗ của người khác, tôi nghĩ vậy. Thỉnh thoảng tôi cũng có sự hào hứng sinh lý của một anh chàng mới dậy thì, nhưng không đến nỗi không kiểm soát được. Tôi cũng từng được bạn bè mời mọc thuốc lá ở góc đường. Tôi cho chúng biết rằng thuốc lá đối với tôi là một điều vô nghĩa và chúng chẳng bao giờ nhắc lại chuyện ấy nữa.

Trong khi cầu nguyện cho bài giảng suốt cả tuần lễ, tôi phát giác ra nhiều "giọng nói" khác đang tìm cách lôi kéo tôi một cách hết sức xảo quyệt. Ví dụ, những ý nghĩ được "bằng chị bằng em" với bạn bè, không những vậy mà còn phải trội hơn chúng nó nữa. Ý muốn thành công mỹ mãn không phải là điều xấu nhưng khi nó bắt đầu bắt phục bạn làm nô lệ, nó sẽ trở nên sự cám dỗ.

Điều đáng để ý là những hành động "bằng chị bằng em" là những chuyện tôi thường không làm. Ví dụ như bạn bè tôi thách đố đi xe đạp dọc theo vạch trắng chia đường làm hai trên đại lộ cao tốc sáu xe hơi chỉ có thể chạy hàng ngang, chiếc gần nhất chạy cách mình chỉ có vài phân. Hay là chải tóc theo kiểu tân thời với gel Brylcreem, hay xắn quần jeans lên một gấu, xắn tay áo lên một phân không hơn, không kém, đi giày bốt Chippewa để được bạn bè coi trọng. Tôi mua được tất cả những y phục ấy bằng số tiền kiếm được qua công việc bỏ báo.

Tuy nhiên, Chúa đang phán những gì cho tôi? Phải chăng Ngài khâm phục tôi phóng xe đạp giữa hai chiếc xe hơi chạy ngược chiều nhau trên Đại lộ Olympic? Phải chăng Ngài để ý đến việc tôi có dùng gel Brylcreem hay đi giày bốt Chippewa hay không? Hay Ngài quan tâm hơn về chuyện tôi theo đòi bạn bè và xao nhãng bắt đầu chức vụ.

Và đó là bài giảng của tôi: về sự cám dỗ và thử thách. Nó chỉ kéo dài vỏn vẹn mười phút và mẹ tôi phải tìm cách lấp vào phần còn lại của buổi nhóm. Những người nông dân hết sức khen bài giảng hay những tôi chắc rằng họ phải "xưng nhận việc nói dối" khi về đến nhà. Điều quan trọng nhất là qua kinh nghiệm này tôi đã khám phá ra sự khởi đầu của một nan đề thực sự. Được người ta tán thưởng, cho nhập hội có ý nghĩa gì với tôi? Tôi coi trọng dư luận của con người về mình đến mức nào, đặc biệt những người mà tôi kính nể? Những câu hỏi này sẽ trở nên những thách thức cho tôi trong một ngày không xa.

Chúng tôi muốn giới thiệu một em gái da nâu đã thay đổi cuộc sống của mình.

Một buổi sáng Chúa nhật trước ngày sinh thứ mười lăm, tôi ngồi nghe cha tôi chia sẻ lời Chúa trong hội thánh phí tây Los Angeles nhưng tâm trí vẫn vơ hàng dặm đường – ở một tiệm bán xe hơi cũ. Suốt nhiều tháng tôi dành dụm tiền đi bỏ báo để mua một chiếc xe hơi nhưng nhất thiếc phải là hiệu Chevy năm 39. Tôi sẽ sơn nó màu xanh nước biển lấm tấm bụi kim loại. Tôi sẽ bỏ đi tất cả phần mạ kền và hạ thấp phần đầu xe như tất cả mọi người thường làm.

Đột nhiên, cha tôi đổi giọng trong bài giảng làm tôi để ý. Ông đang kể về một em gái Ả rập mà ông đã gặp ở chuyến đi nước ngoài đầu tiên trong đời – những người đàn ông trong lớp học Kinh Thánh tặng ông vé máy bay đi thăm Đất Thánh. Giọng nói oan oan như thường lệ của ông trở nên dịu xuống, gần như bị nghẹn đi làm tôi giật mình, chăm chú lắng nghe.

"... Đó là một em gái rách rưới đang chìa tay ra van xin, 'Baksheesh' Tiếng Ả Rập có nghĩa là xin bố thí. Tôi chắc sẽ không bao giờ quên được nét mặt của em, không, tôi sẽ không quên em trọn cả đời mình…"

Cha tôi nhìn xuống bục giảng trước mặt, cố gắng nuốt nước mắt rồi nói tiếp. Em gái khoảng tám tuổi ấy ở trong trại tị nạn của người Palestine, người em được phủ bằng miếng vải tả tơi, tóc em bết vào nhau như sợi dây bố và bên hông em còn có một em gái nhỏ nữa.

"Người dẫn đường nhắc chúng tôi đừng bố thí cho ai vì như vậy sẽ khiến họ xin mãi. Nhưng làm sao tôi đành lòng quay mặt đi được. Tôi thò tay vào túi quần lấy ra vài đồng tiền và đặt vào tay em".

Cha tôi dừng lại đôi chút, tôi tưởng ông sắp bật khóc. Cả hội thánh ngồi yên lặng. Cha tôi kế tiếp rằng tối hôm đó ông quỳ xuống cầu nguyện bên giường ngủ ở khách sạn. Đột nhiên em bé Palestine da nâu dơ dáy ấy xuất hiện ra trước mắt ông. Ông nhắm mắt lại nhưng em vẫn đứng đó, chìa tay ra xin. Ông nhìn thẳng vào đôi mắt cầu khẩn của em và phát hiện ra rằng em không chỉ muốn nhận tiền bố thí nhưng hơn thế nữa, em muốn nhận sự an ủi, sự khích lệ, tình thương và niềm hy vọng cho tương lai. Em muốn Phúc Âm của Chúa Jêsus!

Tôi nhìn xuống đôi bốt hiệu Chippewa đắt tiền của mình. Tất cả mọi người đều rớm lệ. Cha tôi kể tiếp rằng ông trần trọc mất ngủ suốt đêm, tâm trí ông không thể nào quên được nét mặt của em. "Tôi muốn cho các bạn biết một điều này", cha tôi đứng thẳng người và nói dõng dạc: "Từ buổi tối hôm đó, tôi đã thay đổi. Tôi muốn sử dụng phần còn lại của cuộc đời mình để nói cho mọi người biết nhu cầu của những người anh, người chị, người em của chúng ta ở hải ngoại. Tôi muốn tham gia giúp đỡ họ.

"Truyền giáo quốc tế trước đây chỉ là một vài chữ có thể đọc lướt qua một cách vô tư. Nhưng từ bây giờ, truyền giáo quốc tế có một khuôn mặt rõ ràng, khuôn mặt của một em bé".

Trái tim mười lăm tuổi của tôi bắt đầu đập rộn ràng. Không phải cha tôi là người duy nhất được thay đổi. Bản thân tôi cũng vậy. Dòng chữ in đậm mà tôi thấy treo trong không trung trong hội thánh của bác tôi vài năm về trước ở Arkansas, nay lại hiện ra trong tâm trí: "Hãy đi khắp thế gian..."

Nhưng còn có một điều gì đó mà hiện tại tôi vẫn chưa thực lòng từ bỏ.

Tôi cố gắng không nghĩ đến giấc mơ mua được chiếc xe Chevy đời 39 của tôi.

Cha tôi thay đổi sự ưu tiên của hội thánh. Càng ngày chúng tôi càng có nhiều tiền gửi đi nước ngoài. Kỳ lạ thay khi mọi người lộn ngược ví tiền, tất cả mọi món nợ ở địa phương được thanh toán và thu nhập của hội thánh được tăng lên 30 phần trăm.

Cha tôi làm mọi việc một cách nhanh nhẹn. Ông tường thuật lại về một hội truyền giáo châu Phi đang gặp những thử thách trong nhiều tuần, đến mức không ai trong nhà thờ không biết chuyện ấy.

Rồi một buổi sáng Chúa nhật ông lái chiếc xe Jeep mới toanh ra trước bục giảng và tuyên bố nếu chúng tôi quyên góp đủ tiền, chiếc xe này sẽ được gửi đi cho những giáo sĩ ở châu Phi. Cuối cùng tôi có thể tập trung tư tưởng vào công việc có ý nghĩa. Tôi hứa nguyện dâng hai tháng tiền bỏ báo, khoảng 40 đô-la cho việc mua xe jeep. Tuy phải hy sinh chiếc Chevy, tôi đã góp phần mua được chiếc xe có khả năng chạy nửa vòng trái đất.

Sau này, tôi lại bị phân tán tư tưởng bởi mong ước mua được xe riêng. Tôi gắng thuyết phục cha tôi cho phép tôi làm thêm hai việc phụ nữa bên cạnh việc bỏ báo. Cuối cùng với niềm kiêu hãnh của bản thân và của cha tôi nữa, tôi đã dành dụm tiền để mua chiếc xe hơi đầu tiên trong đời, chiếc xe mà tôi ấp ủ niềm khao khát bấy lâu: Hiệu Chevy đời 39. Chiếc xe tồi tàn này đã được mười một tuổi, vừa chạy vừa ho một cách thảm hại, cả hai cánh cửa sau đều bị gãy. Tất nhiên như đã dự định, tôi gỡ bỏ mọi bộ phận trang trí mạ kền, và nhờ anh bạn sơn dùm màu xanh nước biển lấm tấm bột kim loại…

Sau đó, một điều gì đó đã khuấy động tấm lòng tôi, một tiếng nói dịu dàng, nhưng chắc chắn, nhắc nhở rằng trọng tâm của cuộc đời tôi phải khác hơn những chiếc xe hơi hay sự đua đòi với bè bạn. Một chuyến đi Mê-xi-cô nhân dịp Lễ Phục Sinh với mười người bạn khẳng định cho tôi điều ấy. Lúc ấy, chúng mới lên mười tám tuổi. Chúng tôi chẳng biết gì về phong tập quán của người Mê-xi-cô mặc dầu có học tiếng Tây Ban Nha ở trường trung học. Tuy nhiên khi chia sẻ sứ điệp quan trọng nhất trên trần gian, hai mươi người Mê-xi-cô đến tiếp nhận Chúa Jêsus. Nhiều người còn quỳ xuống xin cầu nguyện. Mặc dầu chuyến đi kết thúc một cách thảm thương, cả tôi và hai anh bạn phải nhập viện vì bệnh lị, tôi biết mình đã đi đúng hướng trong sự dẫn dắt của Chúa.

Một cái gì đó mà tôi không thể hiểu hết được đã bắt đầu nảy mầm trong tôi.

Chuyến đi Mê-xi-cô có lẽ là nguyên nhân thúc đẩy chính để tôi ghi danh vào trường Kinh Thánh hệ phái Ngũ Tuần ở Missouri.

Rồi một ngày mùa thu năm 1954, tôi cùng chị tôi hào hứng chất đồ lên chiếc xe Dodge đời 48 để đi học trường Kinh Thánh. Lúc đó tôi được mười chín tuổi. Chị tôi cũng đi học ở một trường Kinh Thánh khác. Em Janice, mười tuổi, chững chạc với đôi giày hình yên ngựa đứng cùng với cha mẹ tôi trên vỉa hè trước cửa nhà, trong khi chúng tôi chất đồ lên xe. Xong xuôi, cả gia đình ôm chặt nhau trong lời cầu nguyện của cha tôi, xin Chúa ban cho sự an toàn về thân thể và tâm linh trong chuyến đi. Sau những cái hôn thắm thiết chúng tôi từ từ lái xe ra ngoài xa lộ. Trên Đại lộ Olympic hướng về trường Kinh Thánh cách đó gần 2.500 cây số, tôi bắt đầu một cuộc mạo hiểm mà cả cuộc đời không thể khám phá ra hết mọi sự trong chương trình của Chúa.

4
NHỮNG LÀN SÓNG

Kinh nghiệm về sự dẫn dắt của Chúa trong một chuyến đi tưởng như tầm thường đến đất nước Bahamas đã xác định quỹ đạo của cuộc đời tôi...

Khi còn đi học ở Missouri, tôi cùng ba anh bạn nữa, tất cả trong tuổi đôi mươi quyết định thành lập một ban hát nhạc thánh. Trong những kỳ nghỉ, anh em chúng tôi tổ chức đi truyền giáo ngoài thành phố. Một dịp kia chúng tôi đến Nassau, thủ đô của Bahamas.

Tháng sáu 1956, chúng tôi lên máy bay của hãng hàng không Mackey để bay từ Miami đến Nassau. Bên dưới chiếc máy bay cánh quạt là một chuỗi những hòn đảo nhỏ nổi lên trên mặt nước màu xanh tuyệt mỹ. Thật tôi chưa bao giờ thấy cảnh đẹp như vậy, những dải nước xanh lơ pha trộn với những dải ngọc lam và những dải màu oải hương...

Dọc đường từ phi trường về nhà của một giáo sĩ, trong lòng tôi hiện đến một cảm giác khó tả, cảm giác mà tôi đã kinh nghiệm được trong khi đi truyền giáo ở Mê-xi-cô. Ôi nhanh quá, mới đó mà hai năm đã trôi qua. Sự hào hứng này không đến bởi màu sắc của nền văn hóa địa phương, của hoa lá vùng nhiệt đới hay y phục màu trắng khác thường của cảnh sát giao thông. Nó đến từ nội tâm của tôi.

Sau những buổi ca nhạc truyền giảng chúng tôi thường nói chuyện với các giáo sĩ làm việc ở Bahamas. Họ cho biết rằng họ đang ở trong một hoàn cảnh khó xử vì một số thiếu niên từ Mỹ đến trong những chuyến đi truyền giáo mà họ tổ chức. Rồi chúng bắt đầu hò hẹn với các cô gái địa phương, chúng không biết rằng phong tục ở đây không cho phép việc hẹn hò thiếu nghiêm túc như ở Mỹ. Và bây giờ thì những tin đồn chói tai lan truyền khắp cả hòn đảo.

Tôi ngồi nghe với tình cảm lẫn lộn. Một mặt tôi cảm thấy xấu hổ vì mấy chàng trai thiếu tế nhị này. Mặt khác, trong đầu tôi đột nhiên trối lên ý nghĩ: "Chúng có một sáng kiến không nhỏ, tuổi trẻ đến đây để truyền giáo!"

Tối hôm đó khi buổi truyền giảng kết thúc, tôi trở về phòng khách của gia đình giáo sĩ, một căn phòng đơn sơ với bức tường trắng chẳng có một điểm nhấn nào, ngoài bức tranh phong cảnh hòn đảo trong khung gỗ sơ sài. Tôi nằm xuống, đặt đầu trên chiếc gối gấp làm đôi, mở cuốn Kinh Thánh và xin Chúa phán với tôi như thường lệ.

Sự kiện xảy ra tiếp theo hoàn toàn khác xa với bình thường.

Đột nhiên mắt tôi thấy một bản đồ thế giới. Một bản đồ sống, di động. Tôi giật mình ngồi dậy dụi mắt. Không làm đầu, đây là một "cuốn phim" chiếu trong tâm trí. Tôi thấy rõ tất cả các châu lục. Những làn sóng ầm ầm ập vào bờ biển, tràn lên lục địa, thối lui rồi tràn tiếp, hết đợt này đến đợt khác cho đến khi nó tràn ngập cả trái đất.

Tôi gắng lấy lại hơi thở. Rồi tiếp tục "xem phim". Những đợt sóng đó trở nên những người trẻ tuổi, như tôi hoặc trẻ hơn lan tràn khắp nơi. Chúng nói chuyện với tất cả mọi người ngoài đường phố, trong quán bia. Chúng đi thăm hết nhà này đến nhà kia.

Chúng rao giảng, chúng tôi chăm sóc những người bất hạnh như cha tôi chăm sóc em gái Palestine chìa tay xin xin bố thí. Rồi "cuốn phim" chấm dứt.

Ồ! điều này có ý nghĩa gì vậy? Tôi thầm hỏi.

Ngước mắt nhìn lại bức tường nơi bản đồ thế giới vừa mới hiện ra, tôi chẳng thấy gì khác ngoài một bức tường trắng của căn phòng nghỉ với tấm tranh trong khung gỗ. Phải chăng tôi vừa mới nhìn thấy một khải tượng hay Chúa đã cho tôi thấy một viễn cảnh tương lai.

Phải chăng đây là Ngài, thưa Chúa? Tôi băn khoăn, kinh ngạc, mắt vẫn dán vào bức tường. Những người trẻ tuổi – cả thiếu niên bồng bột nữa – ra đi với tư cách giáo sĩ. Sáng kiến này thật hay! Tôi nghĩ về ba cậu thiếu niên từ Mỹ đến và những tác hại mà chúng vô tình gây ra, chẳng qua vì chúng đang còn trong tuổi ăn học ngây thơ. Nếu khải tượng kỳ lạ này đến từ Chúa, chắc phải có một cách nào đó để chế ngự năng lượng bồng bột của tuổi trẻ nữa.

Vì sao Chúa lại cho tôi khải tượng như vậy? Tôi thầm hỏi. Phải chăng tương lai của tôi dính dáng đến lớp sóng của những người trẻ tuổi? Tôi nằm vắt tay lên trán một lúc lâu, mắt đăm chiêu nhìn vào chốn vô tận. Tôi biết chắc chắn một điều: Không được phép chia sẻ khải tượng với bất cứ một ai cho đến khi chính mình đã thực sự thông hiểu.

Hình như một khuôn mẫu đang hình thành, nếu Chúa kêu gọi tôi cho một sứ mạng khác biệt, Ngài sẽ đưa đến sự thử thách. Khi tôi còn trong tuổi thiếu niên, Chúa dùng em bé Palestine để buộc tôi phải trả lời câu hỏi: Mình có nên tiếp tục đua đòi bạn bè đi những đôi giày bốt hiệu Chippewa hay lái xe Chevy đời 39 hay không. Bây giờ, hai ngày sau khải tượng kỳ lạ về những lớp sóng người, tôi phải đối diện với những bước đầu thử thách nghiêm trọng hơn. Thật trớ trêu. Sự thử thách này lại là một cuộc đụng độ khó xử với quá khứ của gia đình, mà hậu quả trở nên tốt lành nhờ sự dẫn dắt của Chúa. Khi quay lại Miami để chuẩn bị hát trong một buổi truyền giảng, chúng tôi nghỉ ngơi tại một khách sạn. Ba anh bạn rủ tôi: "Lorren, chúng tôi đi nhà hàng, bạn có muốn đi cùng không?" "Xin lỗi, các bạn cứ đi đi, chắc tôi ăn sau vậy".

Có một điều cứ vấn vương trong tâm trí của tôi: Sợi dây đứt đoạn trong tình cảm gia đình còn quan trọng hơn bữa ăn trong thời điểm này. Tôi biết bác gái Arnette sống ở đây, thành phố Miami. Hai mươi bảy năm về trước, bác đã tuyên bố đoạn tuyệt tình chị em với cha tôi khi ông quyết định trở thành mục sư. Một số người trong dòng họ nó rằng bác gái Arnette làm ăn phát đạt. Bà làm chủ một hãng sản xuất đồ nội thất và vài tiệm bách hóa trong vùng. Ngoài ra chẳng ai biết bác gái Sandra, người chị gái trẻ nhất trong gia đình ở đâu. Bác Arnette vẫn còn cay đắng lắm. Khi ông nội qua đời cách đó ba năm, cha tôi liên lạc với bác Arnette nhưng bác trả lời một cách hằn học: "Tao đã thề không bao giờ bước chân qua đường để đưa đám tang cho ông ấy".

Tôi thầm nghĩ: Điều gì sẽ xảy ra nếu bây giờ tôi gọi điện thoại hỏi thăm bác? Sau khi các bạn đã ra khỏi phòng, tôi thò tay vào trong ngăn kéo bên cạnh giường và lấy ra quyển niên giám điện thoại thành phố. Một cảm giác hào hứng chạy dọc theo cột sống tôi. Đây rồi, Arnette Cunningham một tên giống hệt tên của bác gái tôi? Phải chăng đây là người chị của cha tôi? Tôi bấm Số điện thoại. "Xin chào?" Đúng giọng của bác rồi. Mặc dầu chưa bao giờ được gặp bác, tôi nhận ra ngay cách nói quen thuộc của dòng họ Cunningham.

"Xin chào, tên cháu là Loren Cunningham, con trai của Thomas Cecil Cunningham. Cháu muốn được biết bà có phải là bác của cháu không, nếu phải xin cho phép được gặp bác". Yên lặng phía đầu dây bên kia. Rồi: "Không được đâu, tôi bận lắm". Bà ta trả lời và treo máy ngay lập tức. Ngày hôm sau là thứ bảy, mấy anh bạn rủ nhau đi bơi. Mặc dầu thích ra bãi biển lắm nhưng tôi quyết định ở lại khách sạn một mình. Nằm dài trên giường, mắt tôi đăm chiêu nhìn vào máy điện thoại. Tôi không thể quên được cuộc hội thoại ngắn ngủi với bác gái tôi. Nó đã mở toang cánh cửa dẫn đến căn phòng chứa đầy những ký ức thương tổn của gia đình.

Tôi ngồi dậy, dựa người trên tấm ván đầu giường và hướng mắt vào bức tường đối diện trong căn phòng nhỏ bé của khách sạn. Biết bao những lá thư chúng tôi gởi cho bà đều bị trả lại, nhiều cú điện thoại bị từ chối. Tuy nhiên, có một giọng nói thầm nhưng quen thuộc khích lệ tôi thử gọi một lần nữa. Tôi với tay nhấc điện thoại lên...

"Xin chào, cháu là Loren đây. Xin lỗi vì làm phiền bác nhưng ngày mai cháu phải rời thành phố, không biết cháu có thể đến thăm bác được không?"

"Thật đáng tiếc, nhân viên trong hãng đang chuẩn bị mừng sinh nhật cho tôi, chắc tôi không thể gặp anh được đâu".

Bác Arnette lại treo máy điện thoại. Tuy nhiên tôi cảm thấy mình đã tiến thêm được một bước, ít nhất bác đã cho tôi biết một lý do được vì sao không gặp tôi. Tôi nảy ra một sáng kiến và đi ra phố mua đồ.

Bạn sẽ mua gì làm quà sinh nhật cho một người phụ nữ mình chưa bao giờ gặp mặt? Tôi quyết định mua một chiếc khăn tay thêu hoa kiểu mà mẹ tôi ưa thích. Rồi tôi chọn một tấm thiệp với dòng chữ không bay bướm, nhưng đơn giản: Mừng sinh nhật bác gái. Ngày hôm sau chúng tôi sắp sửa rời thành phố. Tôi gọi cho bác Arnette một lần nữa từ máy điện thoại công cộng trên đại lộ Biscayne, xin thăm bác chỉ một vài phút thôi. Lần này bác Arnette chắc vì sự tò mò nên đã đồng ý gặp mặt tôi. Anh em chúng tôi lái xe dọc theo những ngôi nhà sang trọng trên đường phố đầy cây cọ và thảm cỏ xanh mượt, rồi dừng lại bên cạnh một ngôi nhà lớn màu xanh xám với hành lang phía trước có lưới che sâu bọ. Nhớ lại câu nói đay nghiến của bác Arnette nguyền rủa cha tôi về việc chọn cuộc sống nhờ cậy vào tiền bố thí dưới danh nghĩa tôn giáo", tôi vội kiểm tra lại đầu tóc và cà – vạt qua chiếc gương trong xe.

Trong khi bạn bè còn ngồi đợi trong xe, tôi bước ra và nhận thấy bóng một người phụ nữ đang theo dõi và phía sau tấm lưới. Tôi cẩn thận bước lên bậc cửa. Ngay lập tức tôi đối mặt với một người phụ nữ giống hệt như cha mình. Bà có một mái tóc được uốn theo kiểu quý phái và tay bà lóng lánh hạt kim cương đắt tiền. Tuy nhiên, có một cảm giác kỳ lạ đến giữa chúng tôi: Cảm giác thân thuộc của gia đình. "Xin chào, cháu là con trai của Tom". Bác Arnette đưa mắt nhìn khắp người tôi. Một sự yên lặng kéo dài khi chúng tôi đứng trên bậc cửa. "Cháu đem đến cho bác quà sinh nhật", tôi mở miệng và trao cho bác tấm thiệp với chiếc khăn tay xếp bên trong. Bác Arnette nhận tấm thiệp. "Cháu giống cha của cháu quá, cũng một mái tóc nâu, cũng một ánh mắt, cũng một nụ cười. Tuy nhiên hơi cao hơn cha cháu một chút phải không?" Bác nói nhẹ nhàng, rồi nghẹn lại, giọng run run, mắt tràn đầy giọt lệ. "Ôi, đã bao lâu rồi…"

Rồi bác gọi tôi giục các bạn vào nhà. "Không được đâu, vì chúng cháu phải đi ngay" – Tôi trả lời rồi bước vô trong nhà. Bác hỏi thăm tôi về cha mẹ tôi đồng thời tôi cũng giải thích cho bác rằng bản thân cũng sắp sửa đi vào chức vụ, hiện nay tôi còn đi học trường Kinh Thánh ở Missouri và chúng tôi vừa mới trở về sau một chuyến đi truyền giáo ngắn hạn ở Ba-ha-ma. Bác A-nét hỏi chúng tôi sẽ đi thêm bao xa nữa về hướng Bắc. Tôi trả lời và mấy phút yên lặng nữa trôi qua trong khi đôi mắt bác nhìn tôi suốt từ đầu tới chân. Rồi bác nói một cách chậm rãi: "Cháu còn có một bác gái nữa, Loren, bác Sandra. So với bác Sandra, bác đây chỉ thuộc hạng nghèo túng thôi".

Quả là một lời khẳng định bất thường, tôi nghĩ vậy và đưa mắt nhìn các đồ vật quanh nhà. Khi biết được hành trình của chúng tôi, bác Arnette thúc giục tôi tìm cách gặp bác Sandra ở một dinh thự mùa hè không xa.

Biết mình đã đến lúc phải ra đi, tôi chia tay bác Arnette. Bác còn hỏi làm cách nào bác có thể tìm tôi khi cần và tôi để lại cho bác một số địa chỉ mà mình sẽ đi qua. Vài ngày sau bác Arnette gọi điện cho tôi và cho biết rằng bác đã sắp xếp một cuộc gặp mặt giữa tôi và bác Sandra. Một chiếc xe hơi sang trọng được đưa đến nhà thờ Ngũ Tuần nơi mà chúng tôi đang tổ chức buổi ca nhạc làm chứng để đón tôi về một dinh thự mùa hè bên bờ hồ Placid, bang New York. Bác Sandra và ông George, chồng của bác sống trong một thế giới xa hoa mà tôi chưa từng biết tới. Nhưng điều làm tôi cảm động nhất là được gặp bác mình. Thật khó mà tin rằng bác đã ngoài 50 tuổi với ánh mắt vui vẻ và mái tóc nâu uốn lượn một cách tự nhiên. Bác đối xử với tôi rất từ tốn, làm tôi cảm thấy thoải mái như ở nhà vậy. Bác gợi cho tôi nhớ lại người chị Phyllis của mình. Bác coi tôi như đứa con trai xa nhà đã lâu. Chồng của bác, một người đàn ông cao lớn đến từ khu New England cũng tỏ ý thân mật.

Sự chấp nhận họ dành cho tôi còn đi xa hơn một bước nữa trong năm học cuối cùng ở trường Kinh Thánh Miền Trung. Cha mẹ và tôi hơi băn khoăn về tiền học phí, nhưng bác Sandra đã viết thư cho biết rằng vợ chồng bà sẽ cung cấp tài chính cho tôi tiếp tục học cho đến khi nào tôi "chán học" thì thôi. Một năm sau, cha tôi và hai bác Arnette, Sandra đã đoàn tụ với nhau. Câu chuyện kết thúc một cách tốt đẹp – tôi thầm nghĩ. Điều mà tôi không thấy được là sự đoàn tụ ấy mở đầu cho một thử thách lớn hơn.

5
SỰ KHỞI ĐẦU KHIÊM TỐN

N ày, con trai của mẹ trưởng thành nhanh quá!" Mẹ nói vậy khi tôi lục lọi tìm một chiếc áo sơ mi lịch sự để mặc. Lúc ấy tôi được hai mươi bốn tuổi. Thấm thoát mới đó mà ba năm đã trôi qua kể từ khi tốt nghiệp trường Kinh Thánh và dọn về ở cùng với cha mẹ trong căn nhà trên sườn đồi ở khu Monterey.

"Vâng ạ". Tôi đáp lại một cách thận trọng vì chẳng biết câu nói của mẹ tôi có mang hàm ý nào khác ngoài sự khen ngợi hay không.

"Con nhớ phải đặt tất cả mọi sự lên bàn thờ. Nếu con trở nên kiêu ngạo thì Chúa sẽ không sử dụng con đâu".

Sau khi mẹ ra khỏi phòng, tôi bước đến cửa sổ và nhìn ra đám cây xương rồng ngoài sân. Tâm trí tôi ôn lại những sự kiện đã xảy ra trong năm cuối cùng của trường Kinh Thánh. Lúc đó tôi giữ vai trò chủ tịch hội đồng sinh viên, được hân hạnh đọc diễn văn trong buổi bế mạc, được phong chức mục sư trong hệ phái Ngũ Tuần. Bây giờ đang công tác với tư cách người điều hành các hoạt động động cho giới trẻ thành phố Los Angeles. Tôi cảm thấy thỏa mãn về tất cả những điều đó nhưng...phải chăng tôi đã trở nên kiêu ngạo?

Thường thường, mẹ tôi đưa ra những lời bình luận rất chính xác, nhưng lần này tôi cảm thấy bà có thể đã nhầm lẫn. Mãi sau một thời gian trôi qua tôi mới phát hiện ra sự thật trong lời nói của bà.

Ngay bây giờ sự bồn chồn nội tâm là vấn đề tôi băn khoăn nhiều hơn. Điều gì đã đi lệch hướng? Tôi thích công việc đang làm. Những thanh thiếu niên dưới quyền tôi ai cũng bày tỏ sự thông minh và nhiệt tình đáng khen. Tuy nhiên tôi phải công nhận rằng hầu hết những hoạt động mà tôi lên kế hoạch cho chúng đều rỗng tuếch, chẳng đáp ứng được tấm lòng của lớp người trẻ. Họ cần phải có những sự thử thách, những mạo hiểm có ý nghĩa cho thiếu niên và cả thanh niên mới ngoài hai mươi.

Tôi nhớ lại hình ảnh "những lớp sóng người trẻ ra đi truyền giáo" mà tôi đã thấy ở đất nước Bahamas bốn năm về trước. Sự tương phản giữa tầm quan trọng của khải tượng này và sự cố gắng nhỏ nhoi của tôi hướng về nó thật đáng xấu hổ. Đã đến lúc mình phải có một hành động thực tế nào đó.

Vài ngày sau, tôi đến gặp cấp trên của tôi và trình bày sáng kiến đưa thiếu niên đi truyền giáo ở Hawaii. Kế hoạch đó được chấp thuận và đoàn chúng tôi gồm có 106 người ra đi. Kết quả của chuyến đi thật hỗn độn. Một nửa thì chỉ muốn đi tắm biển, còn một nửa thì sốt sắng chia sẻ niềm tin. *Bạn không thể pha trộn mục đích đâu, Loren* – tôi thầm nhắc nhở mình một bài học quý báu.

Tự nhiên tôi thấy mình đang hệ thống một số nguyên tắc cần áp dụng cho các đoàn truyền giáo ngắn hạn. Thứ nhất: Trong khi tham gia chiến dịch truyền giáo, không ai được hò hẹn nam nữ (như ba chàng thiếu niên trên đảo Bahamas, thay vì truyền giáo chúng cặp kè với các cô gái địa phương). Thứ hai: Không cho phép pha trộn nguyện vọng đi du lịch với mục đích duy nhất của chuyến đi là công bố Phúc Âm (như trường hợp phái đoàn đi Hawaii).

Vì sao tôi lại hệ thống cho mình những nguyên tắc như vậy? Vì sao tôi cứ thường quay trở lại khải tượng về những đợt sóng người mà mình đã thấy ở Bahamas? Những ký ức bất thường đó dường như chẳng muốn rời tôi một cách dễ dàng và khiến tôi thờ ơ với những đam mê của cuộc sống.

Tôi phải tự mình khám phá ý nghĩa của khải tượng đó và những gì Chúa đang muốn tôi thi hành. Có lẽ cách tốt nhất là tôi ra đi để tìm hiểu về tính khả thi của việc truyền giáo nước ngoài. Tôi quyết định xin tạm nghỉ công tác với tư cách là người lãnh đạo thanh thiếu niên trong vùng. Tôi cũng bán chiếc xe hơi của mình và nhờ đó mua được một chiếc vé đại hạ giá cho chuyến đi vòng quanh thế giới. Sau đó tôi chia tay cha mẹ và lên đường. Mặc dầu tất cả những gì mới lạ đều đem lại cảm giác thích thú, tôi biết đây không phải là chuyến đi du lịch. Tôi ý thức rõ ràng bàn tay dẫn dắt kỳ lạ sắp đưa tôi đến những điều mà con mắt tâm linh của tôi chưa từng thấy trước đó.

Trong chuyến đi, điều làm tôi xúc động nhất là ở mọi chỗ, mọi nơi, con người vẫn là con người, với những nhu cầu thuộc thể, thuộc linh tương tự mà Chúa tạo dựng. Chúng ta chỉ bị "đóng khung", bị chia cách bởi những hệ thống chính trị, văn hóa, tôn giáo... khác nhau. Một sự kiện xảy ra ở một ngôi làng nhỏ ở Ấn Độ đã đem đến cho tôi một hiện thực phũ phàng khi thấy rằng số phận hàng triệu người đang trầm luân trong vô vàn tín ngưỡng hoàn toàn khác biệt.

Một đêm nóng nực kia, trên đường trở về khách sạn đột nhiên tôi nghe thấy tiếng khóc than thảm thiết khác thường của một đám người. Tôi quyết định đi xem việc gì đã xảy ra. Giữa đám đông ồn ào, hỗn độn, một người đàn ông đang nhóm ngọn lửa lên một đống củi lớn. Trên đó, trong ánh sáng mờ mờ tôi nhận ra hình dáng một đôi chân khẳng khiu và thân xác của một cậu thiếu niên. Một người cho tôi biết rằng anh chàng mười sáu tuổi này vừa bị giết ngày hôm nay trong một cuộc đâm chém. Tiếng than khóc rền rỉ, mùi thịt cháy nồng nặc pha trộn với cảm giác bất lực của thân nhân. Tôi cũng lịm người đi khi nghĩ đến một linh hồn đã đi vào cõi hư không tăm tối.

Tôi không thể quên được nỗi tuyệt vọng của đám người xung quanh ngọn lửa. Ước gì tôi có thể nói với họ, những người đang sống, rằng họ còn có hy vọng, hy vọng ấy chính là danh Chúa Jêsus.

Khi tôi rời khỏi ngôi làng ấy và tiếp tục hành trình xuyên Ấn Độ tiếp tục, thì khải tượng đó cứ liên tục đeo bám tâm trí tôi, không hề phai nhoà. Chính tôi cũng cảm nhận có một sự thay đổi nào đó đanng diễn ra với mình trong chuyến hành trình này. Một điều gì đó vượt xa hơn bản chất cá nhân.

Mặc dù trong được sinh ra và lớn lên trong một gia đình đầy tình yêu thương và sự hỗ trợ, lần đầu tiên trong đời, tôi cảm thấy hết sức cô đơn. Mặc dù tôi đã cặp kè với nhiều cô gái khi còn học ở hai trường Kinh Thánh, nhưng những mối tình đó chẳng đi đến đâu.

Và bây giờ, tự nhiên tôi cảm thấy mình đang bỏ lỡ một phần quan trọng trong cuộc sống. Vì sao tôi phải đi thám hiểm một cách đơn độc? Khi đến thăm cung điện Taj Mahal hùng vĩ, tôi há hốc miệng một cách kinh ngạc. Kìa, một bức tượng cẩm thạch đứng soi bóng xuống mặt nước phẳng lặng của một hồ nhân tạo hình chữ nhật dưới bầu trời Ấn Độ đầy những làn mây trắng. Tất cả công trình tráng lệ này được dựng lên bởi một mối tình của một người đàn ông đối với vợ mình.

Tôi cảm thấy hết sức cô đơn khi bước qua những khung cửa tò vò của cung điện. Tôi muốn nói với một ai đó: "Ôi đẹp quá" nhưng chẳng có ai ở bên cạnh tôi cả.

Nhìn vào khuôn mặt mình phản chiếu một cách cô đơn trên mặt nước, tôi thầm hỏi: *Ngươi đang làm gì đây? Vì sao ngươi không có một người bạn đời để tâm sự, không những tâm sự về vẻ đẹp của cung điện Taj Mahal, nhưng về giấc mơ đem đến hy vọng cho thế gian nữa".* Tôi nhớ đến cha mẹ của cậu thiếu niên trên giàn lửa than khóc khi con mình bị thần chết đưa vào chốn hư không. Và tôi nghĩ đến bàn tay của những người ăn xin chìa ra trước mặt tôi. Cũng như cha mình, tôi móc túi lấy những đồng xu đặt vào tay họ, nhưng làm sao thỏa mãn được hết tất cả mọi người. Tôi cảm thấy choáng váng trước nhu cầu của nhân loại. Tôi muốn tâm sự với người bạn đời của mình rằng nhất định phải có phương cách cụ thế nào đó để giúp đỡ họ, về cả thể xác và tâm linh nữa.

Nhưng đâu có thể tìm ra một cô gái cùng một tâm tình như tôi, đặc biệt là người có thể hiểu được khải tượng về những đợt sóng của những lớp người trẻ tuổi đi truyền giáo? Ai có thể ra đi cùng tôi trong chuyến thám hiểm này, cố gắng tìm biết xem khải tượng đó có phải đến từ Chúa không? Cô ấy phải là một người (như cách mẹ tôi nói) cần nhận được sự "kêu gọi" cho chính mình, một người phụ nữ mạnh dan đến mức đứng vững được trong gia đình bên nội, ai cũng cứng đầu và tính tự lập cao độ. Nghĩ đến bà, tôi nhoẻn miệng mang cười trong lòng.

Cuối cùng tôi trở về với cha mẹ tôi ở California. Tôi bắt đầu đi vòng quanh nước Mỹ, nói cho thanh thiếu niên nghe về những kinh nghiệm tôi học hỏi được trong chuyến đi vừa qua. Tôi đặc biệt mô tả về thế giới bên kia đại dương, không lấy gì làm sạch sẽ và tiện nghi như đất nước này, nhưng đầy những cơ hội để chúng ta thực hiện sứ mạng trọng đại. Nhưng đến phần gợi ý những việc cụ thể họ có thể làm, tôi trở nên lúng túng vì những điều ấy cũng chưa được sáng tỏ trong tôi.

Một tháng sau khi quay lại California, tôi gặp Dallas và Larry trong một buổi nói chuyện tại hội thánh của họ.

Dallas Moore, 21 tuổi với khuôn mặt chữ điền, cặp mắt xanh lơ nhanh nhẹn, cắt tóc cua và thân hình lực lưỡng của vận động viên bóng bầu dục. Anh cùng bạn mình là Larry Hendricks, cũng 21 tuổi, làm nghề lái xe vận tải hạng nặng, điều khiển cần cẩu, xe ủi đất. Họ mời tôi đi ăn trưa tại một nhà hàng cuối phố.

Chủ đề cuộc hội thoại trên đường đi chẳng phải là công việc làm ăn của họ, nhưng về chiếc xe hơi mà Dallas đang lái. Hiệu Chevrolett đời 56, sơn hai màu xanh trắng, với nệm trắng Isang trọng bên trong, tất cả được giữ gìn một cách cẩn thận, cố gắng lắm bạn cũng không thể tìm thấy dấu hoa tay trên các bộ phận mạ kền. Tôi nhớ lại chiếc xe Chevy đời 39 của tôi cách đây mười năm... và ý thức được tầm quan trọng của nó đối với tôi lúc ấy thế nào.

Trong khi họ say sưa nói chuyện về hệ thống cam đôi, chế hòa khí và ba ống hút gió và các phương cách khác làm tăng công suất của xe hơi, đầu óc tôi vẫn vơ với nỗi ưu tư khác. Khi chúng tôi ngồi vào bàn ăn, cô hầu bàn đem lại cho chúng tôi mấy ly nước rồi bỏ đi.

Tôi nhấc ly nước lên. Ly nước mát quá. Lại còn sạch sẽ nữa. Không một lý do gì làm mình phải e ngại về vi khuẩn, bệnh tật. Tôi nhìn xung quanh, mọi người đang khoan khoái. Dallas và Larry chẳng để ý đến sự yên lặng bất thường của tôi. Tất cả mọi người ở đây dường như được một chiếc lồng kính vô hình khổng lồ ngăn cách họ với những bàn tay của đám người ăn xin khốn khổ.

Không thể chịu đựng được nữa, tôi đột nhiên thay đổi chủ đề cuộc nói chuyện. Tôi bắt đầu kể cho hai bạn tôi nghe về chuyến đi của mình. Tất cả mọi điều tôi chứng kiến cứ tiếp nhau tuôn ra từ trong lòng tôi. Nào những người ăn xin, nào cậu thiếu niên 16 tuổi trên giàn lửa, nào tiếng khóc não nề, tuyệt vọng của thân nhận. Cặp mắt của Dallas và Larry long lanh vẻ xúc động, họ cũng đã nhìn thấy nan đề qua tôi.

"Điều quan trọng nhất là bạn có thể làm bao nhiêu điều để thay đổi cuộc sống trên thế gian!" Tôi nói.

Cả hai đều đồng ý. Nhưng rồi họ đưa ra cho tôi những câu hỏi không thể tránh được: "Loren, chúng tôi muốn giúp nhưng bằng cách nào đây? Chúng tôi là công nhân lái xe ủi đất, không phải giáo sĩ."

"Bằng cách nào đây?" Câu hỏi ấy cứ xoáy sâu trong tâm trí tôi.

Một tháng sau khi nói chuyện với Dallas và Larry, tôi lái xe dọc theo xa lộ Thái Bình Dương cùng với hai người bạn là Bob và Loraine Theetge. Bob là một nhà kinh doanh, mặc dù đã 40 tuổi, nhưng tính tình vẫn còn hồn nhiên như con nít. Hai vợ chồng ông là thành viên của Hội Thánh mà tôi đã từng phục vụ ở Inglewood.

Trong khi mọi người trong xe ngân nga một điệu nhạc và sóng biển dào dạt đập vào chân đường xa lộ, tôi bắt đầu suy nghĩ về nan đề của mình.

Tất cả mọi nơi tôi đều gặp những thanh niên như Dallas và Larry. Họ sẵn sàng để làm những việc vĩ đại. Có một người trao cho tôi một mảnh giấy với dòng chữ: Tôi sẵn sàng chết vì Chúa Jêsus. Tôi cầm mảnh giấy trong tay và đột nhiên ý thức mình đang làm công việc một cách sai trái. Tôi kêu gọi mọi người dâng mình hầu việc Chúa trong khi hệ thống giáo phái đương thời đòi hỏi họ phải trải qua hàng năm trời ngồi trong trường Thần học, đế rồi sau khi ra khỏi trường họ mất đi sự sốt sắng ban đầu. Mặc dù tôi cũng dày công trong việc học hành và đã đạt được bằng tiến sĩ ở trường Đại Học Miền Nam California, chỉ có một động cơ thúc đấy tâm linh mãnh liệt đã giữ tôi khỏi đánh mất đi sự kêu gọi thiêng liêng của Chúa.

Tôi biết mình không thể thách thức thanh niên khi không có phương cách cụ thế cho họ tham gia.

Nhìn ra những làn sóng biển xua đuối nhau bên ngoài cửa số xe hơi, tôi nhớ lại khải tượng Chúa cho ở Bahamas. Đã đến lúc bắt đầu thực hiện nó, nhưng bằng công việc gì bây giờ?

"Này! Tâm trí cậu đang ở cách đây hàng triệu dặm". Lorraine quay sang nói với tôi với một nụ cười thông cảm.

"Ít nhất vài ngàn dặm..." – Tôi công nhận: "Em đang nghĩ về những thanh thiếu niên và nguyện vọng của họ được làm những việc to lớn". Tôi bắt đầu kể lại những nan đề trên thế gian và nguồn năng lượng không được sử dụng trong lớp người trẻ tuổi.

Vừa nói tôi vừa hệ thống lại những ý nghĩ đang nảy sinh trong tâm trí: Chúng ta sẽ tuyển nhưthanh thiếu niên, gửi họ đi truyền giáo ngay lập tức – ngay sau khi họ tốt nghiệp trường phố thông, hầu cho nếu sau này họ có vào các trường cao đẳng, đại học, họ sẽ có mục đích, động cơ đúng đắn và sâu nhiệm. Chúng ta sẽ gửi họ đi làm giáo sĩ ngắn hạn, vài tháng hay một năm. Tất cả mọi người phải biết họ sẽ đi công tác chứ không phải đi du lịch. Tất cả mọi người phải tự mình lo liệu các phí tổn cho chuyến đi.

Một ý tưởng khác lại hiện ra trong tâm trí tôi, tuy mới mẻ nhưng chắc chắn: Trong bất cứ công việc nào chúng tôi thực hiện, chúng tôi sẽ vui lòng mở cửa đón nhận những người từ tất cả các hệ phái khác nhau, chứ không phải từ một hệ phái.

Tôi sửng sốt khi thấy đầu óc mình trở nên sáng sủa hơn. Rồi Bob quay sang nói năm chữ: "Chúng ta hãy thực hiện điều đó".

Ngay trong khoảnh khắc đó tôi biết một điều gì đó hào hứng và tuyệt vời đã bắt đầu.

Bob chẳng nói: "Cậu hãy thực hiện", nhưng nhấn mạnh "Chúng ta hãy thực hiện".

Nhiều khi Chúa phán một cách khác thường, tôi nghĩ đến khải tượng về những làn sóng ở Bahamas. Bây giờ Chúa phán nhẹ nhàng qua môi miệng của một người bạn, năm chữ khiêm nhường "Chúng ta hãy bắt đầu".

Tháng mười hai năm 1960, một hội truyền giáo mới được thành lập và được đặt tên là Thanh Niên với Sứ Mạng. Tôi cải tạo lại phòng ngủ trong nhà cha mẹ tôi thành văn phòng để gặp gỡ những tình nguyện viên đầu tiên. "Tôi sẽ cho anh một cái giường có thể xếp lại thành sô-pha, như vậy anh sẽ có thể để thêm chiếc bàn làm việc", vợ của Bob gợi ý. Sau đó Bob và tôi chật vật khiêng chiếc giường sô-pha màu nâu vào "văn phòng cơ quan".

Rồi với chiếc máy đánh chữ thủ công và máy in quay tay đặt trong nhà xe, chúng tôi bắt đầu in 180 tờ quảng cáo về chuyến đi truyền giáo sắp tới. Tôi nhờ cha mẹ và em Janice, bây giờ đang học trường trung học, giúp tôi xếp giấy, viết địa chỉ và dán tem trên các phong bì để gửi đến mục sư các hội thánh. Chúng tôi làm việc trong phòng khách của gia đình, bên cạnh cửa sổ lớn nhìn xuống thung lũng San Gabriel. Chị Phylis không còn ở với chúng tôi nữa vì chị đã lấy chồng, một cựu sĩ quan hải quân. Cả hai bây giờ làm giáo viên ở Los Angeles và sắp sửa có đứa con đầu lòng.

"Này ông anh của tôi ơi, sao ông không trả lương cho tôi?" Em Janice hỏi đùa. "Em sẽ được trả lương trên thiên đàng kia". Tôi cười. Vừa trả lời, tôi vừa suy nghĩ đến những điều kiện nghiêm khắc chúng tôi đặt ra trong những tờ quảng cáo: Phục vụ không công, tự trả tiền lộ phí, phương tiện truyền giáo thô sơ, không du lịch, không hẹn hò nam nữ...

Khi đem bọc phong bì ra ngoài bưu điện, tôi tưởng tượng cho mình những lời bình luận tích cực sắp sửa nhận được từ tất cả mọi người. "Ồ, đây quả thật là một sáng kiến hay". Chắc ai cũng nghĩ như vậy. Tôi chẳng phải chờ đợi lâu và những lời bình luận đến còn hơn sự mong đợi của tôi. Thanh thiếu niên hưởng ứng một cách hào hứng. Chúng tôi còn nhận được những lá thư hứa nguyện của những người muốn trở thành giáo sĩ trong tương lai. Lúc này cha tôi không còn làm mục sư tại một hội thánh địa phương nhưng làm nhân viên văn phòng giáo hạt, phụ trách công tác truyền giáo. Ông báo trước rằng nhiều vị lãnh đạo không lấy gì làm hăng hái lắm so với những người trẻ. Tôi quyết định đi Springfield để gặp họ.

Các vị lãnh đạo đón tiếp tôi một cách nhã nhặn, một thanh niên mới vào đời. Tuy nhiên họ cũng thay nhau chỉ ra tất cả những nan đề trong kế hoạch của tôi. Nào chẳng có gì nguy hiểm hơn là gởi những người trẻ tuổi không có kinh nghiệm ra nước ngoài. Với làn sóng của chủ nghĩa dân tộc và sự bất ổn chính trị ở các nước, văn phòng giáo phái phải chật vật lắm mới giữ các giáo sĩ chuyên nghiệp của họ khỏi bị đuổi về nước. Nào sự khác biệt giữa các phong tục tập quán. Nào những nguy hiểm trong cuộc sống và bệnh tật... Điều cuối cùng họ muốn nghe đến là chuyện một đám thanh thiếu niên bốc đồng tìm kiếm chuyện giựt gân làm cản trở đến công việc lớn lao của những giáo sĩ thực sự.

Một người trong số họ thấy tôi xịu mặt xuống liền vươn người về phía trước và đỡ lời:

"Giả sử anh muốn đưa những người trưởng thành, đã có nghề nghiệp đi đến những nơi mà giáo sĩ chuyên môn đã đóng đô được nhiều năm và đủ sức để điều khiển những tình nguyện viên..." Ông dừng lại một phút để chờ sáng kiến của ông thấm vào đầu tôi. "Tôi sẽ sẵn sàng đứng trên ghế để cổ động anh".

"Vì sao lại không?" Tôi nghĩ thầm. Sau khi trở về Los Angeles, tôi biết được một cơ hội cho những người biết lái xe ủi đất làm đường xuyên qua rừng rậm, đến một trung tâm chữa bệnh cho người cùi ở nước Liberia. Tôi thoáng nghĩ ngay đến Dallas và Larry. Tôi liền gọi điện cho hai anh và giải thích phương cách làm sao họ có thể trở thành hai tình nguyện viên đầu tiên của hội truyền giáo. "Vậy ai sẽ trả tiền cho chuyến đi?" Dallas hỏi. "Tất cả mọi người đều tự lo lệ phí cho bản thân". Tôi trả lời. Dallass hứa là anh sẽ thỏa thuận thêm với cha mẹ của anh và với Larry. Tôi nóng lòng chờ đợi câu trả lời suốt mấy ngày.

Cuối cùng tôi nhận được điện thoại từ Dallas. Anh chậm rãi kể chuyện mình tâm sự với mục sư và cha mẹ về chuyến đi sắp tới và mọi người đều cảm thấy vui lòng.

"Và về tiền lộ phí, tôi sẽ bán chiếc xe hơi của tôi" Dallas nói thêm.

Lúc đó Loraine, vợ của Bob tiếp tục làm việc không lương cũng như tất cả chúng tôi. (Lúc đó tôi chỉ có một ít thu nhập khiêm tốn nhờ tiền dâng hiến trong những lần chia sẻ ở các hội thánh). Bây giờ chúng tôi bắt đầu gọi hội Thanh Niên Với Sứ Mạng bằng tên tắt là hội YWAM (YWAM), còn hội viên được gọi là "Người YWAM". Trước khi Dallas và Larry kết thúc công tác chuẩn bị đi Liberia, chúng tôi đã có thêm một vài "người YWAM" sẵn sàng đi đến một số khu vực truyền giáo khác nhau.

Tôi vì mãi lo bận bịu tìm kiếm môi trường phục vụ cho những người lính mới mà quên mất ngày ra đi của Dallas và Larry vào tháng mười năm ấy. Lúc đó tôi đang ở nước Nigeria, cha tôi gửi cho tôi một bức thư, kể rằng chính ông và một số bạn bè đã chở hai chàng trai ra phi trường, đặt tay lên họ cầu nguyện chúc phước cho một năm phục vụ thành công ở Liberia. Sau đó họ bay đi trên chiếc Bô-ing 707 của hãng T.W.A.

Thật tuyệt vời! Tôi vừa xếp lá thư lại vừa suy nghĩ. Đây là hai giáo sĩ đầu tiên chúng tôi gửi đi. Mặc dầu chưa phải là làn sóng người như tôi thấy trong khải tượng, nhưng ít nhất cũng là sự khởi đầu. Tôi biết chắc là chẳng bao lâu nữa hàng ngàn người khác sẽ ra đi theo họ.

Sau khi trở lại Mỹ tôi quyết định đến thăm bác gái Sandra. Bác và chồng bác là ông George có một điều gì đó muốn nói với tôi. Tôi biết chắc là hai bác đang sắp xếp một công việc cho tôi, một công việc rất tốt nào đó... Trước đó tôi cũng hứa sẽ thăm hai bác sau chuyến đi.

Trở lại câu chuyện từ đầu quyển sách, tôi được đón tiếp một cách hậu hĩ trong thế giới đầy tiện nghi của gia đình George và Sandra Meehan.

Tôi nằm trằn trọc giữa hai tấm trải giường đến gần sáng mới

thiếp đi. Bây giờ mặt trời đã lên cao gần một con sào, căn phòng ngủ sang trọng sáng rực lên bởi tia nắng ban mai. Ngày hôm nay bác Sandra sẽ cho tôi biết về công việc mà hai bác đang dự định cho tôi, đồng thời tôi phải báo cho hai bác biết rằng tôi đã nghe tiếng Chúa thách thức đi theo một con đường khác. Điều đó không phải là dễ, liệu tôi có tiếp tục vâng lời Chúa hay không? Đó là câu hỏi trong tâm trí tôi. Tôi lần tay dọc theo đường thêu trên tấm vải lụa... Tất nhiên ai cũng thích sở hữu nững món đồ sang trọng. Từ khi tôi phải làm việc vất vả để mua cho mình đôi giày ống kiểu Chippewa và chiếc xe hiệu Chevy sơn màu xanh nước biên lấm tấm bụi kim loại, tôi đã rất trân trọng những thứ cao cấp như vậy. Tôi cảm thấy dễ chịu khi nghỉ ngơi trong khu dinh thự này, hay khi đi nhờ chiếc xe Cadillac của bác và thỉnh thoảng còn được lái nó nữa.

Chết rồi, đã chín giờ sáng, tôi nhìn đồng hồ và lật đật rung chuông gọi Hawkins, người giúp việc trong nhà. Một phút sau, ông xuất hiện trong khung cửa với một chiếc khay đựng đầy đồ ăn sáng mà tôi ưa thích – dưa hấu, bánh quế, trứng chiến, thịt ba chí và một ly cao đầy nước cam tươi mát.

Tôi ăn vội bữa sáng rồi chạy ngay xuống tầng dưới. Bác George đã đi ra ngoài. Tôi đi xuyên qua cánh cửa và thấy bác Sandra đang đứng chờ tôi ở hành lang phía sau nhà. Bác chào tôi với một cái hôn lên má trong khi con chó của bác lẩn quấn dưới chân và liếm tay tôi.

"Loren, cháu ngủ có ngon không?"

"Thưa bác cháu ngủ được, có lẽ hơi lâu hơn bình thường một chút". Tôi trả lời một cách miễn cưỡng. Rồi chúng tôi bước ra ngoài sân cỏ và ngồi xuống hai chiếc ghế nhựa.

"Loren, hai bác nóng lòng muốn biết cháu có thể đến làm việc với bác George được không?"

Đây rồi! Câu hỏi mà tôi biết sớm muộn gì mình cũng sẽ phải đối diện. Tôi rất quý mến bác Sandra và đánh giá cao sự rộng rãi của bác George. Đây là cơ hội để tôi trở thành một trong những chủ nhân giàu có của công ty kinh doanh đáng giá hàng triệu đô-la và sau đó trở thành người thừa hưởng gia tài như con trai độc nhất của họ vậy. Thật oái oăm thay chính cha tôi cũng phải đối diện với sự cám dỗ như vậy khi hai chị gái mình, Sandra và Arnette hứa giúp đỡ trong công việc học hành.

Bây giờ sau một thế hệ, tôi đang đứng trước cuộc thử thách của một trong hai người đó. Tôi thực lòng yêu quí bác Sandra, đến mức khó có thể biết rằng mình nên cư xử như thế nào.

"Bác cháu mình hãy đi dạo một chút được không?" Tôi cố gắng trì hoãn câu trả lời.

Con chó của bác chạy vụt ra phía trước trong khi chúng tôi chậm rãi bước từng bước một về phía bờ biển và hồ Lake Worth nằm kế tiếp với khu đất của họ.

Khi dừng lại ngắm nhìn chân trời trải rộng bên kia mặt nước, tôi lấy một hơi thở thật sâu và bắt đầu:

"Không phải là cháu không ngạc nhiên trước lời đề nghị của hai bác đâu..."

"Vậy là cháu đang muốn từ chối phải không?"

Làm sao tôi có thể giải thích được hết cho bác bây giờ. Tôi chỉ cố gắng mô tả sự kêu gọi truyền giáo mà tôi nhận được khi lên mười ba tuổi. Rồi khi tôi được hai mươi, Chúa đã khẳng định sứ mạng ấy với khải tượng về làn sóng những người trẻ tuổi ra đi truyền bá Phúc Âm trên khắp các lục địa của thế gian. Giọng nói của tôi về khải tượng dường như có vẻ tự tin.

"Bác đã nghe hết về những điều này rồi, Loren", lời bác vẫn nhẹ nhàng nhưng có vẻ phật lòng. "Ít ra cháu có thể làm những công việc ấy ở đất nước này, phải không? Ở đây cũng có biết bao người cần được giúp đỡ" (Và ngươi hãy nghĩ đến việc mình có thể

giúp được biết bao người khi mình có trong tay hàng ngàn đô-la –
một tiếng nói trong lòng đột nhiên xen vào).

Tôi nhìn thấy nỗi lo lắng và quan tâm trên gương mặt bác
Sandra và lòng tôi quặn đau như có một lưỡi dao cùn đâm xuyên
qua ruột gan vậy. Tôi không muốn phụ lòng bác tôi, nhưng tôi biết
mình phải vượt qua bước thử thách này. Tôi lấy lại bình tĩnh trong
giọng nói của mình.

"Không được đâu, bác Sandra, cháu không thể làm như vậy
được đâu. Chúa đã kêu gọi cháu đi khắp cả thế giới và cháu phải
vâng phục Chúa".

Bác Sandra quay sang, nắm chặt cả hai cánh tay tôi. "Loren,
Loren ơi! Gia đình chúng ta đã bị tan nát vì tôn giáo. Xin đừng để
chuyện ấy xảy ra nữa. Chúc cháu luôn gặp may mắn. Nhờ cháu
chuyển lời thăm hỏi của bác đến cha mẹ cháu. Bác sẽ giải thích
cho bác trai biết theo cách riêng của bác".

Thế là hết. Tôi buồn rầu chậm rãi bước từng bước xuống các
bậc thềm bằng đá hoa cương trong khi Hawkins khép cánh cửa
kép của tòa dinh thự phía sau lưng tôi. Tôi quay lại nhìn bác
Sandra đang đứng đẳng sau cửa sổ của phòng thư viện một lần
nữa trước khi ngồi vào chiếc taxi đang chờ trước cổng.

Tôi quyết định tiếp tục giữ liên lạc với hai bác Sandra và
Arnette, nhưng bằng bất cứ giá nào, tôi phải trung tín trong sự kêu
gọi của bản thân. Trong khi xe chạy qua chiếc cầu trên đường ra
phi trường, tôi băn khoăn về những bước đường sắp tới và khải
tượng những làn sóng. Những làn sóng? Bây giờ chúng tôi đã có
được sáu chiến sĩ trên đường đi truyền giáo. Một gợn sóng cũng
không dám gọi, mấy giọt nước thì đúng hơn.

6

NGƯỜI CỘNG SỰ, NGƯỜI VỢ VÀ
NGƯỜI BẠN

Làm sao tôi có thể ngờ được cô gái ăn mặc xuề xòa ấy sẽ trở thành một người hết sức quan trọng trong đời sống tôi?

Hai năm sau khi hội YWAM ra đời, tôi có dịp đi ăn trưa cùng với hai người bạn mới ở San Francisco là Ed, Enid Scratch và con gái của họ, Darlene. Cô gái tóc vàng khoảng ngoài hai mươi tuổi này ngồi yên lặng ở một góc chiếc ghế sau cửa xe hơi. Sự yên lặng ấy làm người ta tưởng rằng cô ta đang có điều gì bực dọc trong lòng. Bộ đồ cô mặc thật buồn tẻ với những ô trang trí nửa nâu, nửa đen. Tôi đã từng để ý nhiều cô gái trong 27 năm trời. Darlene chắc thuộc loại bảo thủ trong nữ giới, tôi thầm nghĩ.

Mặc dầu vậy, thỉnh thoảng tôi bắt quả tang chính mình đang đưa mắt về phía Darlene, Darlene tất nhiên không thèm để ý đến tôi và cũng chẳng buồn nói chuyện với cha mẹ mình nữa. Hay là có chuyện gì căng thẳng ở đây. Tôi phải công nhận cô ta có mái tóc xinh xắn màu mật ong và thân hình cân đối bù cho bộ y phục nhạt nhẽo kia.

"Nhà hàng này có nhiều món thập cẩm lắm ngon Loren à", cha của Darlene lên tiếng, hy vọng phá tan sự yên lặng. Quả vậy, chúng tôi đi dọc chiếc bàn dài trang trí đẹp đẽ bởi những món ăn thơm phức. Sau khi ngồi xuống dùng bữa, không khí yên lặng vẫn kéo dài mặc dầu mọi người cố gắng bắt chuyện.

"Thanh Niên Với Sứ Mạng là cái gì vậy?" Darlene đột nhiên hỏi, cặp mắt xanh của nàng hướng thẳng vào tôi.

"Là... là... cái... hội truyền giáo. Chúng tôi muốn thấy hàng lớp sóng người trẻ đi truyền giáo ấy mà". Tôi lúng túng trả lời, biết rằng mình chẳng có bao nhiêu để báo cáo. Cha tôi vừa mới đi Liberia để thăm Dallas và Larry, họ vừa làm đường đến bệnh viện người cùi vừa đi thăm các làng hẻo lánh để nói chuyện về Đấng Tạo Hóa vĩ đại. Tôi còn giải thích thêm cho Darlene về chương trình tình nguyện tạo điều kiện cho thanh thiếu niên đóng góp khả năng của mình để giúp đỡ các giáo sĩ chuyên môn. Thật ngạc nhiên, Darlene bị thu hút vào câu chuyện.

"Vậy các anh đã gửi được bao nhiêu người rồi?"

"Mười người".

Nói xong giọng tôi chìm xuống. Con số ấy thật nhỏ bé một cách thảm hại. Tôi chẳng có văn phòng, thư ký nhưng giải quyết mọi việc trên chiếc va-li xách tay trên đùi. Tuy nhiên tôi đã có hai nhân viên, chị Lorraine Theetge và bà Overton lớn tuổi nữa. Một hội truyền giáo với hai nhân viên và một vài tình nguyện viên chẳng lấy gì làm hấp dẫn lắm.

"Tôi nghĩ đây là một sáng kiến tuyệt vời, phải không ông?" Mẹ Darlene hướng về chồng mình và nói đỡ cho tôi.

Cha cô tán thưởng một cách nhiệt tình rồi đứng dậy đi trả tiền. Sau đó cả bốn chúng tôi lái xe về nhà thờ của họ. Bãi đậu xe trống trải, chỉ còn có chiếc xe con cóc màu ô-liu của tôi và một chiếc xe Ford màu đen đời 39, đầu thấp đuôi cao kiểu thể thao. "Xe ai vậy?" Tôi chỉ qua cửa kính và hỏi Darlene.

"Xe của em đấy" Darlene trả lời. "Vì nó không phải là đại bàng sấm sét nên em đặt tên cho nó là ngỗng sấm sét".

Hừ. Cô gái này không có vẻ quê mùa như tôi lầm tưởng. Trong

khi bước vòng ra phía sau xe, tôi đế ý Darlene đang liệc nhanh qua chiếc kiếng chiếu hậu và lấy mấy ngón tay xốc nhẹ mái tóc vàng. Khi ra khỏi xe, cô còn vô tình đụng vào tôi và tôi chẳng có ý gì phản đối chuyện đó.

Darlene không tỏ vẻ vội vã khi cha mẹ cô lái xe về nhà. Chúng tôi dựa người vào sườn chiếc xe Ford và tâm sự suốt buổi chiều. Hôm ấy là một ngày đẹp trời của bang Cali với làn gió nhẹ thối từ bờ biển Thái Bình Dương. Tôi được biết Darlene có một công việc thỏa lòng với tư cách là y tá chuyên môn.

Darlene xuất thân từ một gia đình có truyền thông làm mục sư và giáo sĩ trong hệ phái Ngũ Tuần. Tuy nhiên khi tôi nói về khải tượng hàng ngàn người trẻ tuổi ra đi truyền giáo, cô ta trở nên yên lặng.

"Loren, anh nghĩ tất cả mọi Cơ Đốc Nhân đều có sự kêu gọi sao?" Cuối cùng cô mở miệng, "Không phải ai cũng làm mục sư, phải không?"

"Đúng, không phải ai cũng đi làm mục sư, nhưng mỗi cá nhân đều có sự kêu gọi cho cuộc đời anh ta..." Tôi dừng lại một chút, trong lòng có điều gì thúc giục tôi nói thêm: "Hoặc chị ta. Darlene, cô phải vâng theo sự kêu gọi ấy bất kể có người nào đang muốn làm cô lạc đường".

Lại một chuỗi thời gian im lặng nữa. Từ cuối phố vang lên tiếng chí chóe của mấy đứa trẻ đang chơi banh. Tôi e ngại mình đã làm phật lòng Darlene. Tôi hy vọng điều ấy không xảy ra. Cuối cùng cô lên tiếng với một nụ cười duyên dáng: "Anh nói rất phải, anh Loren!"

Tôi bắt đầu cảm thấy mến Darlene. Không bẽn lẽn rụt rè, không thủ đoạn mèo đuổi chuột. Tự nhiên tôi hồi tưởng giây phút mình đứng một mình trước cung điện Tai Ma-han. Vì sao vậy?

Khi quay lại miền Nam Cali, tôi hớn hở ra phi trường đón Dallas và Larry trở về sau một năm phục vụ ở Liberia. Dallas không giấu nỗi hào hứng trên khuôn mặt khi anh kể lại chuyện mình lái xe ủi mở đường xuyên qua rừng rậm châu Phi và tổ chức truyền giảng cuối tuần. "Cuộc phiêu lưu là sự kiện quan trọng nhất xảy ra trong cuộc đời tôi!" Anh nói thêm.

Tôi biết rằng từ nay về sau, bất cứ việc gì hai anh bắt tay vào đều mang một ý nghĩa, mục đích mới, nhờ những gì mà họ đã học hỏi được khi góp phần công bố Phúc Âm trên khắp thế giới. Tuy nhiên khi chia tay hai người tình nguyện viên đầu tiên này, tôi ý thức được mức độ to lớn của những công việc trước mắt mà hội truyền giáo chúng tôi sẽ tiến hành.

Trên đường về nhà tôi hồi tưởng lại cuộc thám hiểm châu Phi của mình trước khi gởi Dallas và Larry đi phục vụ. Khi đến thăm một làng nhỏ, tôi biết rằng mình là người đầu tiên đem danh Chúa Jêsus đến cho họ. Sau khi nghe tôi kể qua người thông dịch về chuyện Con Trời xuống thế gian cứu người, ông già trưởng xóm gật gù tán thưởng và quay sang thảo luận với vài người lớn tuổi về quyết định theo đạo Chúa.

Vài tuần sau tôi rời Công-gô. Qua cửa sổ của chiếc máy bay tôi thấy một cột khói mỏng bay lên từ một làng bản giống hết như nơi tôi vừa đến thăm. Rồi tôi thấy thêm hai ba cột khói khác nữa và chẳng bao lâu, khi màn đêm xuống, vô vàn đám lửa trại hiện ra khắp nơi đến tận đường chân trời. Đột nhiên mức độ lớn lao của sứ mạng truyền giáo tác động mạnh mẽ đến lương tâm tôi. Nó dường như được mô tả bởi hàng trăm đám lửa hiện ra trên mặt đất, dưới bụng máy bay.

Khi Dallas và Larry trở về thành phố của họ, tôi lại lên đường đi công tác. Ở mọi nơi tâm hồn tôi luôn bị ám ảnh bởi hình bóng cô gái tóc vàng trong y phục ngớ ngẩn nọ. Tôi gọi điện hỏi thăm và thấy giọng Darlene có vẻ thân thiện nhưng vẫn che giấu một sự ngại ngùng nào đó. Tôi viết thư và gọi điện lần nữa nhưng không có cách nào đến gần cô ta hơn. Cuối cùng, tôi quyết định sử dụng một chiến thuật thẳng thừng hơn. Khi biết Darlene đình chỉ chuyến đi thăm bà cô ở Los Angeles (nơi tôi sống) tôi liền gọi điện thoại ngay cho nàng.

"Darlene, tôi cần gặp cô. Máy bay của hãng hàng không PSA sẽ rời San Francisco lúc tám giờ và tôi sẽ đón, tôi sẽ tìm Darlene ở khắp mọi nơi".

Thẳng thừng như vậy mà được việc. Mấy ngày sau chúng tôi bắt đầu buổi hẹn hò đầu tiên. Lần này Darlene bước duyên dáng trong bộ y phục màu vàng nhạt, từng sợi tóc đều được chải chuốt xếp đặt đúng nơi đúng chỗ. Mặc dù Darlene vẫn có vẻ giữ khoảng cách giữa hai người, tôi cảm thấy hạnh phúc khi gần gũi nàng.

Lần gặp gỡ thứ tư, tôi chở Darlene lên trên một đỉnh núi để nhìn xuống quang cảnh Los Angeles. Ánh sáng thành phố lấp lánh trong màn đêm như những hạt kim cương trên mảnh vải nỉ màu đen. Chiếc xe con cóc của tôi đã nhỏ, Darlene lại cọ mình ngồi sát bên cửa xe phía bên kia.

"Dar ơi!" tôi bắt đầu gọi nàng bằng cái tên thân mật như thế. "Chắc em có một điều gì cần phải nói với anh?"

Nàng nhìn thẳng vào mắt tôi và trả lời: "Anh là một người bạn tốt, vâng, anh là một người bạn tốt Loren!"

"Darlene chắc sắp nói 'nhưng mà'... phải không?"

"Anh nói rất đúng là em không được phép cho ai đứng cản đường mình trong việc vâng lời Chúa. Đã có một người" (Trái tim tôi nhảy lên khi nghe đến chữ "đã"), Darlene nói tiếp, "anh ấy tên là Joe".

Rồi điều ẩn khuất từ từ được bày tỏ khi Darlene vừa đăm chiêu nhìn vào ánh đèn thành phố, vừa tâm sự. Khi lên chín tuổi, Darlene thấy mình đang được những em bé châu Á vây quanh trong một khải tượng từ Chúa. Trái tim cô được cảm động bởi tiếng gọi truyền giáo thiêng liêng. Mười bốn năm trôi qua và nay nàng đang ôm ấp mối tình với một anh chàng hoàn toàn không quan tâm gì đến việc truyền giáo. Cha mẹ nàng không ngờ rằng con gái mình đã suy nghĩ đến việc cưới Joe và quên đi tiếng gọi của Chúa.

"Cha mẹ biết có điều gì không đúng lắm và họ lo lắng anh ạ. Chính vì vậy mà họ hầu như bắt ép em đi ăn nhà hàng với họ ở quán Dinah hôm ấy, với hy vọng sau khi gặp anh em sẽ quên Joe đi. Em bực mình đến mức cố tình làm thinh, chỉ giữ mình trong phép lịch sự tối thiểu. Hơn nữa em chọn một bộ y phục xấu nhất để mặc".

Tôi cười thầm. Darlene nhoẻn miệng cười duyên dáng và tiếp tục câu chuyện. "Lời khuyên của anh về sự vâng phục tiếng Chúa gọi làm em tỉnh thức và quyết định không đùa giỡn với cuộc đời nữa. Đêm hôm ấy em quỳ gối xuống cầu nguyện và trao Joe cho Chúa".

"Em còn nói là em sẽ vâng phục Chúa dù phải trả bất cứ giá nào, kế cả chuyện làm bà giáo sĩ ế chồng nếu Chúa muốn..." Tôi tính ngắt lời Darlene nhưng không nỡ. "Đêm ấy em, xin Chúa cất đi mối tình của em với Joe. Kỳ lạ thay, sáng hôm sau, Joe gọi điện tới trước, đòi biết chuyện gì đã xảy ra vào lúc 10 giờ 30 phút tối hôm trước. Joe nói rằng đúng thời điểm đó đột nhiên Joe cảm thấy mất em".

"Nhưng... Dar!" Tôi nói chen vô khi nàng vừa dứt lời: "Có một điều không phải ở đây. Phải chăng Chúa phán rằng em sẽ trở thành bà giáo sĩ ế chồng hay em thêm điều ấy vô?"

Sự yên lặng bất ngờ khiến tôi biết rằng mình đã bắn trúng mục tiêu. Darlene từng nghĩ rằng đối với mình, hầu việc Chúa có nghĩa là hy sinh việc lấy chồng và sinh con. À, bây giờ tôi mới cho nàng biết vì sao mặc dầu nàng rất tình cảm nhưng vẫn hết sức cẩn thận giữ gìn khoảng cách giữa hai trái tim.

Tôi biết cả hai đều có sự kêu gọi làm giáo sĩ và tính nhiệt tình, hào hứng của nàng cho tôi thấy nàng sẵn lòng sống không nhà không cửa cùng với tôi. Tuy nhiên còn có một điều mà tôi còn phải khám phá thêm về Darlene: Liệu nàng có thích hợp với gia đình tôi không? Đặc biệt với mẹ tôi.

Sau lần hò hẹn kế tiếp đó tôi chở Darlene về thăm gia đình tôi. Tôi vẫn còn ở trong văn phòng đầu tiên của hội truyền giáo, căn buồng ngủ của tôi hai năm về trước. Khi bước đi giữa hai rặng xương rồng tiến vào nhà, tôi băn khoăn không biết cuộc gặp gỡ đầu tiên giữa hai bên sẽ xảy ra theo chiều hướng nào. Liệu Darlene có biết rằng lời nói thẳng của mẹ tôi: còn đau hơn vết cắn của bà và liệu mẹ tôi có chấp nhận nàng không?

Cha mẹ tôi đón chúng tôi tận cửa. Dáng người vuông vắn của cha tôi đứng choáng cả khung cửa, còn mẹ tôi đứng nghiêng người về phía sau, cặp mặt đen của bà ướm nhìn Darlene từ đầu tới chân. "Chào cô gái!" Cha tôi mở đầu và chìa bàn tay vạm vỡ của mình cho Darlene. Mẹ tôi chẳng nói nửa lời. Tôi nín thở chờ đợi.

Rồi điều tệ hại nhất đã xảy ra.

Mẹ tôi đưa tay nắm đôi vai và cánh tay của Darlene và thốt lên:

"Cô này gầy gò quá. Còn cái váy lại quá ngắn nữa chứ!"

"Con đâu có gầy gò và cái váy này cũng đâu có ngắn quá", Darlene phản ứng ngay lập tức, chẳng cần suy nghĩ nhiều. Nàng đưa tay ra cho mẹ tôi với nụ cười duyên dáng và cặp mắt long lanh. "Bác có khỏe không, bác Cunningham?" Giây phút chờ đợi dường như kéo dài hàng thế kỷ khi mẹ tôi cứ đứng vểnh mặt như trời trồng vậy. Rồi bất ngờ bà vung tay ra ôm chầm lấy Darlene và phá lên cười.

Tôi lấy lại hơi thở. Cuối cùng tôi đã tìm được một người bạn đời không những có thể chịu đựng được mẹ mình mà còn yêu mến bà nữa. Trong vài tuần tới, tôi và Darlene làm cho hãng hàng không PSA thêm bận rộn giữa hai thành phố Los Angeles và San Francisco. Trước ngày lễ Giáng Sinh, chỉ sau lần gặp đầu tiên bốn tháng, chúng tôi đã ngồi sát bên nhau trên chiếc ghế sơn trắng của quán cà phê Blum.

"Darlene. Anh muốn sống cùng với em trọn cả cuộc đời."

Darlene lúng túng nói một câu gì đó rồi thay đổi chủ đề. Vài phút sau tôi lấy can đảm thử một lần nữa. "Anh nói nghiêm túc mà, Darlene, anh muốn cưới em làm vợ!"

Lần này Darlene nói rõ hơn: "Em phải suy nghĩ thêm đã. Rồi nàng đổi giọng: "Em đã nghĩ kỹ rồi. *Vâng!*"

Tôi ôm cô ấy trong vòng tay của mình và hôn nàng. Chúa đã ban cho tôi một người bạn đời. Trái tim tôi bay bổng trong niềm vui khôn xiết.

Vài tuần sau nhân ngày sinh nhật của Darlene, ngày năm tháng một năm 1963, tôi trao nàng chiếc nhẫn đính hôn nạm kim cương và lên kế hoạch cho hôn lễ sáu tháng sau đó, mười bốn tháng sáu. Trong lúc hào hứng chuẩn bị chung sống với nhau, Darlene và tôi không ngờ rằng mình sắp đối diện với việc vô cùng quan trọng sắp tới như một phần của sự hướng dẫn thiên thượng. Chúng tôi cần phải lắng nghe lời phán của Chúa về công tác quan trọng mà Ngài sắp giao phó cho từng người.

7
CHÚA SẼ TRỰC TIẾP PHÁN
VỚI BẠN

Tôi cố gắng sắp xếp một chuyến đi Bahamas trong dịp lễ Phục Sinh, chỉ hai tháng trước ngày cưới. Kể ra đã đến lúc mình nên thăm lại hòn đảo nhiệt đới với những dải nước xanh lam bao bọc xung quanh này, nhưng mục đích của chuyến đi là chuẩn bị cho sự kiện rất lớn sắp tới.

Kể từ chuyến đi truyền giáo Hawaii với kết quả lẫn lộn ba năm về trước, đây là lần đầu tiên tôi có ý muốn đem nhóm thanh thiếu niên, có thể một trăm người hay nhiều hơn, ra đi để thực hành những gì tôi thấy trong khải tượng Chúa ban. Chúng tôi đã gửi được hai mươi tình nguyện viên có nghề nghiệp đi giúp các giáo sĩ chuyên môn nhưng lòng tôi mong muốn cái gì mạnh mẽ hơn, cái gì đó gần giống với những lớp sóng người ào ạt ra đi.

Những bồn hoa hai bên đường phố của Nassau vẫn khoe màu rực rỡ. Những cảnh sát giao thông vẫn lịch sự trong bộ đồng phục màu trắng và mũ bạt mềm. Khi lái xe dọc theo bãi biển xinh đẹp, tôi hình dung những lớp sóng mạnh mẽ đổ tràn lên các lục địa rồi biến thành những thanh thiếu niên đang truyền giảng và thương xót người nghèo khó.

"Ước gì Chúa cho phép làn sóng người đổ bộ vô chính chỗ

này, nơi mà mình đã nhận thấy khải tượng", tôi thầm nghĩ. Tôi cũng đã nhận thấy rằng Chúa thường gợi ý trước những chi tiết trong chương trình của Chúa. Nếu chúng tôi có được một trăm người, chúng tôi chắc có thể đi thăm tất cả các gia đình trên hòn đảo Bahamas đang khao khát tâm linh này.

Buổi sáng hôm sau tôi đến họp với một số vị lãnh đạo tôn giáo trên đảo, kể cả mục sư hội thánh Giáo đường Phúc Âm là người đang đón tiếp tôi. Tôi chia sẻ với họ về giấc mơ đem một trăm người trẻ tuổi đến đây trong mùa hè sắp tới. Chúng tôi sẽ phải tự trả tiền lệ phí và đến đây để làm việc chứ không phải đế chơi. Chúng tôi sẽ dâng trọn cả thời gian cho Công tác truyền giáo. Chúng tôi gọi tên chiến dịch này là Chiến Dịch Phục Vụ Mùa Hè, dành kỳ nghỉ hè để phục vụ Chúa Jêsus.

Các mục sự địa phương hưởng ứng một cách nhiệt tình, giống như điều tôi hy vọng. Tôi rời nhà thờ sáng hôm đó với tấm lòng vui sướng khôn tả. Vài ngày nữa tôi sẽ trở về và báo cho Darlene biết tin vui về một chương trình đáng kế đầu tiên của hội truyền giáo YWAM.

Tôi vội bay về California để gặp người vợ sắp cưới của mình. Hôn lễ được tổ chức tại hội thánh nhà của Darlene vào tháng sáu. Nàng tiến lại gần tôi, uyển chuyển trong bộ áo cưới xa tanh trắng tinh, đôi mắt lấp lánh niềm vui phía bên trong lớp màn che mặt. Cha của tôi và cha của Darlene thay phiên nhau làm lễ, hướng dẫn chúng tôi trao đổi lời hứa nguyện. Chị Phyllis hát tặng chúng tôi một bản tình ca và anh Len, chồng của chị làm phụ rể cho tôi. Em Janice cầm cây nến tượng trưng cho ngọn lửa tình yêu trong gia đình và mẹ tôi mỉm cười mãn nguyện từ hàng ghế đầu.

Có hai người khách hết sức đặc biệt đến dự. Đó là bác Arnette và bác Sandra. Họ ngồi phía cuối chiếc bàn dài trong tiệc cưới, rót nước trà và cà phê cho khách từ những chiếc bình bằng bạc. Tôi có cảm giác rằng sự đổ vỡ trong gia đình cha tôi nay đã được hàn gắn.

"Đây nè, Loren cưng", bác Sandra đặt chiếc bình cà phê xuống và rót cho tôi đầy một ly nước quả. "Cháu có một người vợ xinh quá. Chắc nàng sẽ giúp đỡ nhiều trong công việc của cháu, đúng không?" Nói rồi bác quay trở lại việc rải nước trà và cà phê, nhưng tôi nhận thấy sự thay đổi trong thai độ của bác: Không những không cản trở mà còn đồng tình với tôi trong sứ mạng Chúa giao.

Khi đứng trước cung điện Taj Mahan, tôi cầu nguyên xin Chúa ban cho một người bạn đời – lời cầu nguyện nhiều khi chỉ là tấm lòng mong mỏi thầm kín. Lúc đó tôi đang tìm một cô gái có sự kêu gọi truyền giáo như mình, có khả năng chịu đựng cảnh bôn ba của tôi và có thể hòa thuận với gia đình bên nội. Nay Darlene đã thỏa mãn tất cả các điều kiện ấy một cách toàn vẹn. Còn một điều nữa tôi sốt ruột muốn biết về Darlene. Làm sao nàng có thể khám phá vai trò cá nhân của mình trong chức vụ.

Chúng tôi quyết định đi một chuyến truyền giáo ở châu Á và châu Âu, đế xem Darlene có thể nghe tiếng Chúa phán về vai trò của mình không. Ngay sau tuần trăng mật ở Carmel bang Cali, chúng tôi gởi gắm mấy hộp quà cưới ở nhà cha mẹ tôi rồi đi thăm "tổ ấm" của chúng tôi. Đây là một căn nhà bốn phòng mà tôi đã nhờ cha tôi cùng ký với ngân hàng và có thể mua được với số tiền đặt cọc nhỏ, sau đó cho thuê để trả góp hàng tháng. "Đây là sự dự bị cho tương lai chúng ta đấy", tôi nói vậy với người vợ mới cưới của mình.

Chỉ còn một năm nữa là tới chiến dịch truyền Giáo Mùa Hè ở Bahamas. Tuy nhiên sự ưu tiên của chúng tôi bây giờ là hiểu biết lẫn nhau trong tình vợ chồng và làm cách nào để bổ sung cho công tác. Tôi đã từng trải trên "chiến trường" được ba năm, còn nhà tôi là lính mới, tôi chẳng muốn nàng cảm thấy bản thân như chiếc toa rơ – moóc phía sau chồng mình. Nửa đường, chúng tôi dừng lại thăm cung điện Taj Mahal dưới ánh trăng tròn. Vòng tay ôm nhà tôi trước hình bóng tráng lệ của lâu đài như hạt ngọc sáng rực trong màn đêm xanh thẳm, tự nhiên tôi thấm thía vì sao một người đàn ông có thế xây một công trình kiến trúc nguy nga như vậy để tưởng nhớ vợ mình. Mái tóc vàng của Darlene rực rỡ trong ánh trắng bạc.

Mọi việc đều diễn ra tốt đẹp cho đến khi một sự kiện xảy ra làm tôi giật mình. Lúc đó, chúng tôi đang ở Singapore trong phòng khách của hội truyền giáo địa phương. Ngôi nhà này được xây từ thời đô hộ của Anh Quốc, tường dày, mái cao, khung cửa vuông với những chấn song sắt. Sàn gỗ và chiếc quạt trần cọt kẹt.

Một ngày kia, tôi thấy nhà tôi nằm ôm mặt trong bóng tối góc nhà.

Tôi bò vội tới nàng.

"Em làm sao vậy? Có bệnh không, Darlene?" Tôi lật nhà tôi qua một bên và thấy cặp mắt nàng sưng vù và đỏ vì khóc nhiều, "Có chuyện gì vậy em?"

Darlene không trả lời ngay. Chiếc quạt trần cũ kỹ thổi luồng gió nóng xuống chúng tôi một cách vô ý tứ. "Chẳng có gì đáng lo đâu anh ạ!"

Vì sao phụ nữ hay nói vậy, tôi băn khoăn trong lòng. "Không, nhất định có chuyện gì đó, Darlene, em hãy cho anh biết đi".

Yên lặng. Một con ruồi bay vò vè qua đầu. Xa xa, tiếng thầy tế Đạo Hồi thúc hối dân tình đi cầu kinh. Nhưng rồi câu chuyện được sáng tỏ. "Anh ơi… Ở đâu người ta cũng muốn em làm người này người kia, mà thực chất đó không phải là em". Đúng rồi, khi đi hết từ nước này qua nước khác, ai cũng chào đón vợ mới cưới của tôi và hỏi một cách vô tư:

"Cô có chơi đàn piano không?", "Thưa không". "Có hát được không?" "Thưa không". "Cô đã học qua trường Kinh Thánh nào?" "Dạ thưa, Trường Y Tá Thánh Francis", "Thế à?".

"Anh à", nhà tôi ngồi dậy dụi mắt và nói: "Em đã từng cầu nguyện để Chúa cho em giọng hát hay… Anh biết giọng em như thế nào rồi phải không?"

Tôi bật cười và đảm bảo với nàng rằng nếu tôi muốn có một ca sĩ hát hay lại chơi đàn giỏi, tôi đã chẳng phải đợi đến bây giờ. "Darlene ơi, hình như em muốn anh nói cho em biết vai trò của em là gì phải không?" Tôi đỡ nàng dậy nhưng có điều gì trong lòng giữ lưỡi mình không nói thêm ra. Lúc lên người tuổi, trong khi tôi đang cuốn người đằng sau chiếc sofa đỏ cầu xin Chúa đừng để cha mình chết, một người đàn ông đến bảo rằng cha tôi sẽ trở về trong chiếc quan tài. Mẹ tôi điềm tỉnh trả lời: "Với một điều quan trọng như vậy, chính Chúa sẽ phán cho chúng tôi hay".

Tôi kéo nhà tôi lại gần nhưng nén lòng mình lại. Sau đó tôi nhìn thẳng vào đôi mắt xanh của nàng này đã điểm thêm những vành đỏ vì nước mắt và nói:

"Em yêu ! Đây là sứ điệp em phải tiếp nhận từ chính Chúa cho mình. Một cách trực tiếp! Xin em tha thứ, anh chẳng có thể làm điều đó cho em".

Mặc dầu rất thương vợ, tôi phải đành lòng bước ra ngoài để nhà tôi ngồi lại một mình. Darlene cuối cùng cũng nghe được tiếng Chúa phán. Khi tôi quay lại thấy khuôn mặt nhà tôi tươi tỉnh khác thường: "Loren ! Chúa đã phán cho em qua câu chuyện vua Đa-vít và A-bi-ga-in. A-bi-ga-in nói là cô sẽ rửa chân cho đầy tớ của vua. Em cũng sẽ làm như vậy.

Có vậy thôi à, đặc biệt cho một thiếu nữ mạnh bạo như Darlene, sứ điệp này có vẻ khiêm nhường quá. Tuy nhiên thấy nàng hớn hở nên tôi cũng vui lây. Tôi ôm nàng trong vòng tay và bâng khuâng không hiểu điều đó có nghĩa gì? Mặc dầu tổ chức YWAM mới có một giáo sĩ trọn thời gian đầu tiên là Darlene, tất cả những ai tham gia công tác truyền giáo đều phải tìm ra cho mình vai trò cụ thể, thích ứng với sự kêu gọi cá nhân chứ không phải chỉ rập khuôn theo người khác hay theo tổ chức. Chúa có sứ mạng đặc biệt cho mỗi người và chính họ phải tự mình nghe được tiếng Chúa phán, không phải chấp nhận lời người lãnh đạo nói như là chỉ thị của Ngài.

Darlene và tôi biết rằng điều quan trọng nhất không phải là khả năng nhưng là thái độ và tấm lòng. Darlene tiếp nhận vai trò của mình một cách đúng đắn. Rất đúng đắn! Sau khi rời Singapore tôi để ý thấy nhà tôi bắt đầu sứ mạng "rửa chân" của mình. Khi thấy một người vợ giáo sĩ vất vả trong công tác, nàng nhảy ngay vào bếp đòi rửa chén và nằng nặc bắt bà phải nghỉ ngơi và chơi với con cái mình. Mặt khác, Darlene khéo léo trang điểm bất cứ căn phòng ở tạm nào của chúng tôi thành tổ ấm của gia đình, cô thường hái những bông hoa dại đem cắm vào lọ thủy tinh để trên bàn nếu không có phương tiện gì khác.

Tôi cũng để ý thấy Darlene cũng tăng trưởng trong một khía cạnh quan trọng của chức vụ. Nàng thường nhạy cảm với nhu cầu tâm linh của mọi người, trả lời những thắc mắc, ngồi tâm sự riêng, lắng nghe người khác chia sẻ nan đề tư vấn và giúp đỡ họ tìm phương cách giải quyết.

Tôi rất hài lòng về việc Chúa ban cho tôi một người vợ như vậy trước khi bắt đầu một công tác quan trọng. Chiến dịch truyền giáo mùa hè ở Bahamas quả là một nhiệm vụ không nhỏ. Làn sóng đầu tiên của thanh thiếu niên sẽ ra đi trong một ngày không xa. Nỗi hào hứng bắt đầu sôi sục trong lòng tôi, khiến tôi không thể ngồi yên chờ ngày đi Bahamas.

Vài tháng sau, trong một ngày ẩm ướt tháng hai 1964, cả gia đình tôi trừ Janice đang đi học cao đẳng ở Missouri, ngồi quây quần bên lò sưởi cạnh cửa số lớn hướng về thung lũng San Gabriel. Hai cháu nhỏ của chị Phyllis và anh Len đang mải mê với những đồ chơi xếp khối trong bếp.

Vợ chồng tôi hào hứng thay nhau kể chuyện chuyến đi sắp tới

đến nỗi người nhanh miệng như mẹ tôi cũng không có cơ hội chen vào.

"Chúng ta sẽ nhắm vào ba mươi hòn đảo làm mục tiêu truyền giáo", tôi vừa nói và chỉ một dải các chấm nhỏ từ Florida đến nước Cộng hòa Dominican trên bản đồ trải rộng trên sàn nhà. "Chúng ta đưa những người biết tiếng Anh đến tất cả những hòn đảo này và đưa những người biết tiếng Tây Ban Nha đến Cộng hòa Dominican. Thời gian phục vụ sẽ là hai tháng". (Tôi tính toán thời gian để chiến dịch truyền giáo sẽ kết thúc trước mùa bão). Chúng ta sẽ bay từ Miami đến Nassau ngay ngày một tháng bảy, sau đó sẽ xuống thuyền đi tới các đảo nhỏ. Lệ phí cho mỗi cá nhân tham gia là 160 đô-la, kể cả tiền mua vé máy bay khứ hồi.

"Vậy là hai mươi đô-la mỗi tuần sao? Hoặc đây là sáng kiến của Chúa, hoặc đây là sự mất trí của con trai tôi". Mẹ tôi vỗ trán mình cái bốp và mọi người phá lên cười mặc dầu mẹ tôi chẳng nói đùa một cách vô tư.

Mặt đường nhựa bị mòn đi mấy ly khi vợ chồng tôi lái xe đi khắp nơi để hô hào truyền giáo. Nơi nào mời đến nói chuyện là chúng tôi tới ngay, chẳng quản đường sá xa xôi. "Chiến dịch truyền giảng mùa hè sẽ giống như một trại huấn luyện lính mới" – chúng tôi tuyên bố cho thanh thiếu niên: "Ở đó các bạn sẽ phải đương đầu với bệnh tật, vậy mọi người phải xin phép cha mẹ và bác sĩ. Ngoài ra chúng tôi cần giấy giới thiệu của mục sư. Tuy nhiên các bạn sẽ có một cơ hội tốt để đem lại sự thay đổi trong đời sống bản thân và mọi người... Các bạn sẽ phải tự gây quỹ đóng tiền lệ phí là 160 đô-la như mỗi chúng tôi ở đây Các bạn sẽ không có thời gian để thưởng thức phong cảnh, hay được phép chi tiền một cách phóng khoáng hơn dân địa phương và không được hò hẹn trai gái trong chuyến đi truyền giáo..."

Hình như điều kiện chúng tôi càng khó khăn bao nhiêu thì càng có nhiều thanh thiếu niên tình nguyện tham gia bấy nhiêu.

Ngày một tháng bảy đã đến gần, chúng tôi càng cầu nguyện khẩn thiết hơn để Chúa đem đến những người thích hợp cho chuyến đi. Nhiều khi Ngài đáp lại lời cầu nguyện bằng cách không thể lầm lẫn được. Khi chúng tôi đến nói chuyện ở Colorado cho vài trăm thanh thiếu niên, tôi để ý tới một em trai mười tám tuổi với mái tóc khô màu nâu đang lắng nghe một cách chăm chú.

Sau đó Darlene cho biết là Chúa sai cô đến nói chuyện với một cậu "đang mặc chiếc áo len xanh" về việc tham gia chiến dịch truyền giáo mùa hè. Ngay sau buổi nhóm Darlene đi tìm người ấy – quả thật anh chàng này nổi bật trong đám đông với chiếc áo len xanh. Khi nghe Darlene thuật lại điều Chúa phán cho cô, anh ta há hốc mồm ra kinh ngạc và không ngừng đấm ngực thùm thùm với bàn tay xòe rộng. " Em… em… vừa mới cầu nguyện để Chúa sai một trong hai anh chị đến nói chuyện riêng với em". Anh ta ngước nhìn Darlene một cách xúc động, còn Darlene mừng rỡ nắm lấy bàn tay chàng trai trẻ và hỏi: "Em tên là gì?" "Thưa chị, em là Don, Don Stephens".

Tôi bâng khuâng suy nghĩ đến vai trò đặc biệt nào Don có thể giữ trong tổ chức YWAM mà Chúa giới thiệu anh ta một cách khác thường.

Trên đường đi "chiêu binh" chúng tôi ghé thăm Janice, em gái tôi đang học ở trường Evangel. Janice giới thiệu bạn mình là Jimmy Rogers, một chàng trai xứ Oklahoma mảnh khảnh với mái tóc lượn sóng dễ thương. Trong căn phòng của khách sạn gần trường, chúng tôi nói chuyện với đôi bạn về chiến dịch truyền giáo mùa hè. Janice đáp lại ngay lập tức. "Đây là điều mà em luôn muốn tham gia, một cái gì quan trọng để thực hành". Jimmy chẳng bày tỏ thái độ nhiệt tình bên ngoài, nhưng qua các câu hỏi của Jimmy, tôi biết chắc anh cũng quan tâm. Thế là tốt! Tôi cảm thấy mến ngay chàng trai trẻ này.

Sát ngày mồng một tháng bảy, đột nhiên tôi ý thức rằng chính mình chưa có tiền lệ phí 320 đô-la cho hai chúng tôi. Vậy tôi quyết định bán chiếc xe con cóc. Chúng tôi gần như hoàn tất mọi công tác chuẩn bị, đặc biệt là mua ba chiếc xe buýt cũ để chở tình nguyện viên từ California qua Dallas, đến Florida, vừa đi vừa mời thêm người. Cuối cùng chúng tôi đã lên hãng hàng không Mackey để bay tới Bahamas.

Một tuần trước chuyến bay, mấy chiếc xe buýt chất đầy thanh thiếu niên và hành lý bắt đầu chuyển bánh trên chặng đường gần chục ngàn cây số, từ biển Thái Bình Dương sang đến bờ biển Đại Tây Dương của nước Mỹ. Cha tôi gọi điện thoại ngay trước đó, cho biết rằng chị Phyllis và chồng mình cũng sẽ đi cùng để giúp việc tổ chức. "Thêm vào đó, mẹ con có điều nhắc với các con".

"Điều gì vậy, thưa ba?"

"Mẹ con nói rằng: Nếu đây không phải là sáng kiến của Chúa thì con trai của mẹ bị mất trí rồi, Loren…"

"Vâng, còn ý ba thì sao?"

"Ba cũng đồng ý với mẹ".

Cả hai chúng tôi đều cười phá lên. Tuy nhiên đây cũng là lời bình luận nghiêm túc. Có thể chúng tôi đã mất trí. Nhưng mặt khác có thể chúng tôi sắp "mở cầu giao", giải phóng một nguồn "năng lượng thuộc linh" khổng lồ mà chẳng ai có thể lường được.

8

BIỂN HIỀN LÀNH, BIỂN GIẬN DỮ

Ba chiếc xe buýt lần lượt đón hết một trăm bốn mươi sáu tình nguyện viên trong đoàn truyền giáo mùa hè, trong đó có mười sáu em biết nói tiếng Tây Ban Nha là nhóm sẽ được gửi đi nước Cộng hòa Dominican. Từ Miami chúng tôi bay tới Nassau. Tôi mỉm cười nhìn lại dải xe hơi các loại chở đoàn truyền giáo chúng tôi trên đường phố chính của thủ đô nước Bahamas. Gần một trăm năm mươi thanh thiếu niên ngồi chen chúc, lắc lư bên trên đống hành lý. Họ hưởng ứng lời kêu gọi của chúng tôi từ các hội thánh thuộc nhiều hội thánh khác nhau ở các nơi trên lục địa Bắc Mỹ.

Trong những ngày huấn luyện đầu tiên tại Thánh đường Phúc Âm, tôi để ý tới hai thanh niên tháo vát nhanh nhẹn và được việc. Đó là Jimmy Rogers, bạn trai mười chín tuổi của Janice và Don Stephens, anh chàng mười tám tuổi trong chiếc áo len xanh mà chúng tôi gặp ở Colorado. Cả hai đều nghiêm túc kiềm chế mình trong nguyên tắc mà chúng tôi đặt ra – không hò hẹn cặp kè với hai cô bạn gái xinh đẹp của mình là Janice và Deyon cùng đi trong đoàn.

Tôi làm quen ngay với Don và cảm thấy mến anh ta luôn. Dáng

người mảnh khảnh của anh chàng mới qua tuổi thiếu niên, được tôi luyện qua cuộc sống dã ngoại trên sườn đồi của phương tây hoang dã xứ Colorado. Don luôn luôn tìm kiếm những việc cần làm và sốt sắng thực hiện một cách tự giác. Trong Don và Jimmy chúng tôi thấy tiềm năng của những giáo sĩ toàn thời gian cho YWAM.

Những ngày huấn luyện đã qua, chúng tôi chia đoàn thành hai mươi lăm đội, mỗi đội khoản sáu người, toàn nam hoặc toàn nữ. Sau đó, bốn thanh niên trong toán đầu chất đồ lên xe để đi ra cảng, đón thuyền bưu điện tới một trong những hòn đảo trong vùng. Ánh sáng chói chang hừng hực chiếu trên những khuôn mặt trẻ trong khi họ sắp đặt những vali, túi ngủ, bếp dã chiến và truyền đạo đơn vào trong khoan tàu. Chiếc thuyền nhỏ xíu với nước sơn bị tróc, lắc qua lắc lại bên cạnh cột neo như sốt ruột muốn khởi hành.

Cuối cùng đã tới lúc ra đi, từng người trong đội bắt tay chúng tôi một cách mạnh mẽ rồi chập chững bước trên chiếc ván lên thuyền.

“Từ đây đến hòn đảo ấy bao xa, thưa ông?” Tôi hỏi người thuyền trưởng. Ông ta đáp lời, “ Khoảng 24 giờ, nếu gặp Sóng yên biển lặng”.

Con thuyền từ từ rời bến, mấy anh anh chàng ngồi ngắc nghẻo trên đống chuối lớn vừa cười vừa vẫy tay chào chúng tôi. Tôi vẫy tay trở lại một cách tự hào. Sau đó là hai mươi bốn đội còn lại. Đội của Don Stephens sẽ đi đảo Andros, đội của Jimmy gồm mười bảy người sẽ đi đảo Long Islands, đội của Janice đi Elauthera và Deyon, người bạn gái tóc vàng của Don dẫn đội Grand Bahama. Chúng tôi sẽ dành trọn sáu tuần để nói chuyện với tất cả mọi người trên ba mươi hòn đảo nhỏ về Chúa Jêsus, sau đó quay trở về đi làm chứng từng nhà ở thủ đô Nassau.

Sau khi nhóm cuối cùng lên đường, Darlene và tôi đi thăm hầu hết các nhóm đang công tác trên hòn đảo ở Bahamas và Cộng hòa Domicnican. Ở một nơi kia, khi chúng tôi vừa mới xuống tàu, sáu cô gái hớn hở chạy ra đón chúng tôi. Họ giúp chúng tôi mang hành lý và túi ngủ vô "nhà của họ". Một lớp học sơ sài với cửa sổ được chống lên bởi vài cây gậy. Bức chân dung Nữ hoàng Anh đầy bụi đất từ bên trên chiếc bảng đen, xây xớt nhìn xuống chúng tôi một cách nghiêm nghị...

"Mấy Cô làm ăn ra sao rồi?" Darlene hỏi. "Ôi, tốt lắm!" họ trả lời. Các Cô đã thăm viếng hầu hết mọi nhà trên hòn đảo, và họ đặc biệt cảm thấy thích thú về những bạn trẻ đến tham dự buổi nhóm ngoài trời họ tổ chức mỗi đêm ở phía trước một cửa hàng. "Đó là nơi duy nhất có ánh đèn điện".

Ở tất cả mọi nơi, chúng tôi đều nghe những lời báo cáo tương tự. Quả thật lớp người trẻ tuổi này lại là những nhà truyền giáo hữu hiệu. Khi đi thăm từ đảo này qua đảo kia. Tấm lòng của Darlene và tôi náo nức như bong bóng bay vậy.

Tôi cố gắng nhớ hết mọi sự kiện để báo cáo lại với các vị lãnh đạo ở nhà. Ví dụ:

Một người tin nhận Chúa và quyết định đóng cửa quán rượu của mình.

Một ông cụ với cánh tay bị liệt được Chúa chữa lành. Cô gái cầu nguyện cho ông ta mới lên mười tám tuổi, ngạc nhiên đến mức bất tỉnh nhân sự.

Một phụ nữ mù lòa nay được sáng mắt và lần đầu tiên trong đời có thể đọc chữ được.

Một người đàn ông trước bị đau lưng và vôi hóa cột sống (nay có thể cúi người và với được tới ngón chân mình.

Một đội YWAM thuê một chiếc thuyền đánh cá nhỏ để đến một hòn đảo kia. Trên đường đi đột nhiên có cơn gió mạnh nổi lên. Anh em trong đội cúi đầu cầu nguyện và kỳ lạ thay, những làn sóng bạc đầu dịu đi trước mắt họ. Khi cập bến, người lái thuyền hớn hở chạy ra đảo gọi mọi người ra đón "phái đoàn" của Đức Chúa Trời.

Darlene và tôi đến thăm các gia đình ở đảo Bahamas. Trong một căn nhà lụp sụp kia, tôi vừa ngồi trên chiếc ghế gỗ ọp ẹp vừa quan sát người bạn trẻ tuổi cầu nguyện cho một phụ nữ. Thấy chị ta mở lòng tiếp nhận Chúa Jêsus, lòng tôi vui mừng khôn tả. Tuy nhiên điều làm tôi mãn nguyện hơn hết là sự hào hứng trong khóe mắt của cậu thiếu niên, khi trao tặng cho chủ nhà quyển Kinh Thánh đầu tiên trong đời và hứa sẽ tiếp tục cầu thay cho gia đình. Khi bước ra khỏi căn nhà thô sơ với vết nứt rộng trên tường, tôi biết cuộc đời của em cũng như cuộc đời của người phụ nữ kia sẽ được thay đổi một cách kỳ diệu.

Sáu tuần lễ trôi qua một cách nhanh chóng và một trăm ba mươi thanh thiếu niên xuống thuyền quay trở lại Nassau để tham gia hai tuần truyền giáo cuối cùng ở thủ đô.

Cả đoàn dọn vô ở trong một nhà lớn chứa máy bay được xây từ thế chiến thứ hai bên cạnh đường băng nứt nẻ ở ngoại ô. Các cô gái ngủ trong các phòng nằm phía bên trái cửa ra vào, các chàng trai phía bên phải, còn vợ chồng tôi ở trong một căn phòng nhỏ dùng để chứa đồ. Janice và Deyon thường dậy sớm từ năm giờ sáng để sắp xếp việc nấu nướng cho cả đoàn trên những chiếc bếp dã chiến.

Khi anh em trong đoàn đang chuẩn bị cho chiến dịch truyền giảng trong những ngày cuối cùng ở Nassau, tôi lướt qua những trang nhật ký của các nhóm. Có hơn sáu ngàn người bày tỏ ước nguyện muốn theo Chúa Jêsus. Nhiều hội thánh mới trên các đảo nhỏ được bắt đầu bởi công tác của những tình nguyện viên trẻ tuổi. Tuy nhiên, thành công đáng kể nhất không phải là con số thống kê nhưng là những kinh nghiệm cá nhân.

Ví dụ có một lần kia, hai thanh niên trong đoàn bắt chuyện với một người đàn ông đang trên đường ra quán rượu. Ông ta dừng lại, lắng nghe họ rồi dâng mình đầu phục Chúa Jêsus. Với giọt lệ rưng rưng trong khóe mắt, ông rút tay ra khỏi túi áo và cho hai bạn trẻ xem khẩu súng ngắn mà ông đã định sử dụng để giết vợ mình. Sau đó cả ba đi tiếp đến quán rượu, tìm người vợ của ông và hướng dẫn bà ta tin Chúa nữa. Cả gia đình bắt đầu tham gia hội thánh nhỏ mới thành lập trên đảo.

Hàng ngày chúng tôi tổ chức các buổi truyền giảng nhỏ và đi thăm viếng các gia đình ở Nassau. Chúng tôi dự định sẽ tổ chức một buổi truyền giảng thật lớn trước khi kết thúc chiến dịch truyền giáo mùa hè. Tôi băn khoăn e ngại không biết điều ấy có thể thành hiện thực không khi thấy những đám mây giông ùn ùn kéo đến chân trời. Dự báo thời tiết địa phương cũng cho biết khả năng mưa bão lớn. Hàng đêm, mỗi khi chúng tôi kết thúc buổi truyền giảng, bầu trời đen kịt dường như bị xé toang bởi sấm sét và những cơn mưa nhiệt đới. Ngồi trên sàn của chiếc xe tải mấy em thiếu niên vừa sịt mũi vừa hát những bài ca ngợi khen Chúa trong khi nước mưa ào ào như thác đổ xuống đầu. Tôi nhìn sự vô tư của chúng mà e ngại về những điều nguy hiểm có thể xảy ra. Ngôi nhà chứa máy bay nay tràn ngập nước không thể dùng để ngủ được nữa.

Phải chăng đây là cách giới thiệu công tác truyền giáo cho thanh thiếu niên? Nếu cơn bão đến bây giờ thì đây quả là một cơn ác mộng. Mọi sự càng trở nên tồi tệ hơn từng ngày. Ngày hai mươi hai tháng tám, sau khi nghe tin về cơn bão đầu tiên trong mùa, Cơn bão Cleo đang hoành hành trên mặt biển Đại Tây Dương. Tôi chạy vội ra phòng dự báo thời tiết. Giám đốc văn phòng xẵng giọng trả lời: "Thưa ông, nếu như có cách nào để tôi có thể đưa gia đình mình rời khỏi nơi này kịp thời, chúng tôi đã không còn ở đây nữa". Cơn bão đã gây thiệt hại nặng nề ở Tây Ấn thuộc Pháp, ở Haiti và Cộng hòa Dominican, nơi mà mười sáu tình nguyện viên nói tiếng Tây Ban Nha đang công tác. Chúng tôi được biết họ đã đến Cuba một cách an toàn và đang trên đường quay trở lại Nassau.

Tôi vội vã đem đoàn truyền giáo đi di tản tới tòa nhà bê tông của giáo đường Phúc Âm. Các cô gái trải đệm hơi dã chiến xuống sàn nhà dưới tầng hầm, các chàng trai ngủ xung quanh bục giảng, còn vợ chồng tôi dọn vô một căn phòng nhỏ.

Tất cả đều lo lắng chờ đợi.

Bên ngoài, những cơn gió gào thét trong không trung và mưa bão đổ ào ào như thác xuống đường phố Nassau. Chúng tôi nhóm lại trong giảng đường và bắt đầu cầu nguyện, không phải cầu nguyện cho bản thân (bởi bây giờ chúng tôi đã cảm thấy an toàn), nhưng cho những gia đình mà chúng tôi đã gặp trong những mái nhà lụp sụp, xiêu vẹo ở Nassau cũng như trên các hòn đảo trong vùng. Tôi đặc biệt nhớ đến gia đình nghèo khó sống trong ngôi nhà với vết nứt lớn trên tường mà tôi có dịp đến thăm.

Đêm hôm đó, trong khi cơn bão thẳng tay tàn phá những hòn đảo đáng thương, chúng tôi ngồi an toàn trong ngôi nhà thờ xây bằng bê tông. Đột nhiên tôi ý thức được rằng mình đang lơ là một phần rất quan trọng của Phúc Âm. Chúa Jêsus phán chúng ta thực hiện hai việc. Thứ nhất là yêu kính Đức Chúa Trời với tất cả tấm lòng, linh hồn, trí óc và năng lực. Dạy dỗ muôn dân làm trọn điều ấy chính là công tác truyền giáo. Thứ hai là yêu thương người lân cận như yêu thương chính mình, chăm sóc họ trong tất cả khả năng của bản thân. Đó là công tác xã hội.Yêu Chúa và yêu người, hai yếu tố không thể tách rời của Phúc Âm.

Trái tim tôi đập rộn ràng cùng với nhịp gào thét của mưa gió. Một phương cách làm việc mới đang hình thành trong tôi: Kết hợp công tác truyền giáo và thương xót.

Ngày hôm sau, cơn bão Cleo rời Nassau để lại thành phố ngập sâu dưới 60 cm nước. Một chàng trai mập mạp chạy bổ vô phòng chúng tôi và nói: "Em vừa mới nghe trên đài là cơn bão này làm một trăm ba mươi tám người bị thiệt mạng, hàng trăm người khác bị thương và hàng ngàn người mất nhà mất cửa".

Tôi ngước mắt về phía Darlene và biết rằng nhà tôi cũng đang suy nghĩ về những người dân đáng thương sống trong những căn nhà lụp xụp trên những hòn đảo hoang vu. "Chúng ta hãy cầu nguyện đi!" – Tôi nói với nhà tôi và cậu thanh niên rồi cả ba cùng cúi đầu cầu nguyện Chúa cho những gia đình đã mất hết tất cả tài sản (dù họ chẳng có gì đáng kể), những gia đình mất người thân và nay đang sống không nhà không cửa.

"Ước gì mình có thể làm được những việc thực tế hơn". Tôi nói, "Ví dụ mình sẽ đem đến thực phẩm, quần áo, vật liệu xây dựng và những đội tình nguyện viên có thể xây cất nhà cửa. Nhưng để chuyên chở hàng trăm người và hàng trăm tấn hàng hóa như vậy chúng ta cần phải có một chiếc tàu lớn".

Trong khi tôi chưa dứt lời, một ý kiến hay bắt đầu hình thành trong tâm trí tôi.

Một con tàu chở đầy người và phương tiện đến những nơi đang gặp tai ương. Một con tàu chở đầy thanh thiếu niên có khả năng giúp đỡ nạn nhân một cách thực hữu và đồng thời làm chứng về Chúa Jêsus như là đáp án tối hậu cho mọi nan đề của nhân loại.

Phải chăng đây là giấc mơ hão huyền? Ít nhất trong thời điểm hiện tại, bởi chúng tôi chẳng có thể làm được điều gì thêm trước khi rời Bahamas. Chúng tôi dọn dẹp nhà thờ và gói hành lý trong sự thất vọng. Đột nhiên tôi ý thức rằng: Chúng ta phải theo gương Chúa Jêsus để vươn tới những lãnh vực mà con người đang bị tổn thương nhiều nhất. Thông thường chúng ta xem nhẹ về tính cưu mang, thương xót của Chúa.

Một hạt giống đã được gieo vào tâm linh tôi bởi cơn bão Cleo, không biết bao lâu nữa nó sẽ nảy mầm và bắt rễ.

Tám tuần truyền giáo ở Bahamas đã kết thúc chúng tôi lên máy bay quay trở lại Hoa Kỳ. Những anh hùng trẻ tuổi đã thực hiện một công việc phi thường. Sau một thời gian làm việc liên tục, mặt đối mặt với nhiều hiểm nghèo, đặc biệt là cơn bão khủng khiếp kia, tất cả mọi người cảm thấy kiệt sức nhưng thoả lòng. Cuối cùng đã đến lúc trở về nhà. Trên đường ra sân bay ai nấy đều biết chắc rằng chiến dịch truyền giáo mùa hè này chính là sáng kiến của Chúa.

Những lớp sóng thanh niên đã ra đi. Chúng tôi đã gần đạt được đến mục tiêu đem Phúc Âm tới cho tất cả mọi cá nhân trên ba mươi hòn đảo rải rác trong vùng và hàng trăm gia đình ở Nassau. Tôi sốt ruột chờ cơ hội để báo cáo kết quả chuyến đi cho những vị lãnh đạo giáo hạt ở Springfield, Missouri.

Darlene và tôi về nhà, hoàn toàn không ngờ tới sự chào đón lạnh nhạt đang chờ đợi chúng tôi.

9
BÍ QUYẾT MỞ CỬA SỔ THIÊN ĐÀNG

Từ căn nhà của cha mẹ ở Cali, Darlene và tôi lại chiếc xe hơi VW đi Springfield thăm văn phòng giáo hạt. Thời tiết tháng mười một có vẻ ảm đạm, nhưng chẳng đáng gì so với cơn bão ở Cleo mà chúng tôi vừa mới trải qua.

Sáng hôm ấy chúng tôi ra đi với một cảm giác buồn vui lẫn lộn. Buồn vì chúng tôi vừa được tin là bác Sandra bị bệnh ung thư. Chúng tôi gọi điện hỏi thăm ngay lập tức và hứa sẽ không quên cầu nguyện cho bác. Tôi nhớ mình đã vùi mừng biết bao khi quyết định hàn gắn lại mối quan hệ gia đình trong chuyến đi truyền giáo tám năm về trước.

Chúng tôi cũng vui vì cơ hội đi thăm Giáo Hạt Trưởng, ông Thomas Zimmerman. Tôi tưởng tượng ra sự hào hứng của ông về những điều mà chúng tôi vừa khám phá. Hội thánh có thể hướng thanh thiếu niên vào công tác truyền giáo một cách hiệu quả. Giấc mơ của chúng tôi nay đã trở thành hiện thực. Mặc dầu hội YWAM đã mở rộng vòng tay để đón nhận và cộng tác với tất cả mọi hệ phái, Vợ chồng tôi vẫn mong muốn ở trong khuôn khổ của hệ phái Ngũ Tuần.

Sau mấy ngày lái xe liên tục tới Springfield, chúng tôi mướn một khách sạn ở gần trường mà Janice và Jimmy đang học. Darlene cảm thấy mệt mỏi nhiều nên khuyên tôi: "Mình còn nhiều thời gian để thăm các vị lãnh đạo, vội làm gì anh".

Nhưng tôi sốt ruột muốn đi ngay. Vậy, một mình tôi bước qua thềm đá hoa của văn phòng giáo hạt, bấm nút thang máy lên tầng ba và tiến vào dinh cơ trang nghiêm của các vị lãnh đạo. Họ là những người đã chịu nhiều hy sinh thời trai trẻ. Cũng như cha mẹ tôi, họ từng làm mục sư chăn bầy chiên của Chúa trong những hoàn cảnh hết sức đơn sơ, như nhóm thờ phượng Chúa phía sau của xưởng thợ rèn. Chắc chắn họ dễ dàng chấp nhận những công tác tiên phong của chúng tôi. Có lẽ họ đã đọc bản báo cáo về chiến dịch truyền giảng mùa hè và biết rằng thanh thiếu niên đã làm được những việc to lớn dường nào.

Cô thư ký dẫn tôi vào gặp Giáo Hạt Trưởng. "Xin chào anh Zimmerman". Trong hệ phái Ngũ Tuần, từ "anh" được nhấn mạnh một cách quý trọng, nhắc nhở chúng ta là anh em trong Chúa. Ông Giáo Hạt Trưởng bắt tay tôi một cách thân mật rồi ngồi xuống phía sau chiếc bàn và hướng mắt về phía tôi. Quả thật, ông đã nghe về chuyến đi thí điểm công tác truyền giáo ở Bahamas. Nếu như tôi trông chờ sự hưởng ứng nhanh chóng của ông về chuyến đi vừa qua, cũng như mong ông cho phép tiếp tục nằm trong khuôn khổ của Ngũ Tuần nhưng làm việc trong môi trường liên hệ phái thì tôi đã lầm to.

Trong khi nói chuyện, tôi bắt đầu hiểu ra nan đề. Một Công tác tiên phong cần phải được đưa vào sự kiểm soát của hệ phái chứ không thể độc lập và tự trị như cách chúng tôi đang làm. Trong hệ phái Ngũ Tuần luôn luôn có chỗ để tôi làm việc, nhưng tôi phải làm việc với họ một cách trọn thời gian. Cuối cùng tôi được gợi ý nhận một công tác trong văn phòng giám đốc với mức lương khá, một người phụ tá và một ngân khoản nữa. "Anh có thể tiếp tục với khải tượng của anh, nhưng miễn sao khi anh đi, anh chỉ đem theo một nhóm người nhỏ hơn, dễ quản lý hơn, ví dụ mười hay hai mươi người một năm.

Trái tim tôi dường như chùng xuống khi nghe lời đề ghi trên. Nó có vẻ quá dễ dàng, quá hấp dẫn nhưng cũng quá xa mức độ mà tôi tin Chúa muốn mình thực hiện: Gởi hàng ngàn thanh thiếu niên từ các hệ phái vào cánh đồng truyền giáo. Tôi cố gắng giải thích thêm về những gì mà Chúa đang dự định: Nó to lớn hơn nhiều so với con số hai mươi người một năm và vĩ đại hơn nhiều so với sức của một hệ phái riêng lẻ. " Thưa ông". Tôi cố gắng thuyết phục. "Một thế hệ mới đang hình thành, nó khác hơn tất cả những gì mà chúng ta đã từng chứng kiến".

Tôi trở nên lúng túng với bản thân mình, cũng thấy điều mình vừa nói có vẻ ngớ ngẩn làm sao. Ông Giáo Hạt Trưởng đảm bảo với tôi là ông đã từng làm việc với tuổi trẻ hàng mấy chục năm và biết họ tường tận lắm. Khi ông giải thích về sự ngần ngại đối với chương trình của tôi, tôi hiểu rõ thêm về nỗi băn khoăn trong lòng ông.

Giả sử mình ở trong địa vị lãnh đạo một hệ phái như ông, tôi cũng cần phải có những người đầu phục theo nguyên tắc đồng đội, "chơi đúng luật" nhằm đạt được mục đích chung. Còn bản thân tôi đây, như một người trong đoàn diễu hành đi lộn xộn bởi nghe theo một nhịp trống khác. Mặc dầu không nói thẳng ra nhưng tôi đoán được ý của ông. Ông lấy làm tiếc buộc tôi phải từ chức nếu như tôi không thể "chơi đúng luật" được.

"Phải chăng đây là Ngài, thưa Chúa?" Tôi thầm nhủ và nghĩ rằng Chúa đã trả lời: "Đúng vậy". Nếu biết chắc đây là sự dẫn dắt của Ngài, tôi biết điều sắp tới mình phải làm: Vâng lời Chúa bất kể hậu quả ra sao! Ông Giáo Hạt Trưởng đồng ý như vậy, nhưng không thể có cách nào khác hơn là cho tôi từ chức.

Tôi đứng dậy bắt tay ông với lời cảm ơn rồi bước ra thang máy, bấm nút xuống tầng dưới, bước qua thềm đá hoa ra ngoài đường phố. Tôi biết nghiệp vụ mình ở đây đã kết thúc một cách vĩnh viễn. Tấm lòng tôi tan vỡ và bối rối bởi những gì vừa xảy ra

Trong căn phòng khách san, Janice và Jimmy vừa thăm chúng tôi. Tôi lấy bình tĩnh trở lại kể cho mọi nam nghe đầu đuôi câu chuyện. Mức nghiêm trọng của quyết định từ chức chế ngự cảm xúc của tất cả mọi người trong phòng.

"Họ sẽ nghĩ rằng tôi bị đuổi ra khỏi hệ phái", tôi kết luận.

"Thường thường các mục sự không có ai bị cách chức trừ phi họ lăng nhăng ve vãn phụ nữ, tham ô công quỹ hay dạy tà giáo phải không?" Janice hòa theo.

"Bây giờ tôi biết nói gì với cha mẹ mình". Nghe Darlene thở dài, trái tim tôi dường như chùng xuống thêm vài phân. Jimmy ngồi dướn người về phía trước với bàn tay chống cằm vẻ đăm chiêu. Tôi biết anh chàng cũng đang nghĩ về cha mẹ mình.

Những giây phút yên lặng trôi qua, tâm trí tôi kiểm điểm lại những sự kiện đã xảy ra. Mặc dầu cắn răng nén giận và hứa nguyện không chống đối cấp trên, mầm mống sự cay đắng bắt đầu đâm rễ trong lòng tôi.

Khi quay lại Cali, lời đồn về việc tôi không còn được làm mục sự trong giáo hội Ngũ Tuần đã vang ra. Đó là điều khó khăn cho Darlene và tôi. Đó là điều khó khăn cho cả gia đình họ Cunningham. Tuy nhiên, tôi biết mình đã lựa chọn một quyết định đúng đắn. Kể từ lúc thuyết trình bài giảng đầu tiên về sự cám dỗ, thử thách khi mới lên mười ba tuổi, tôi đã phải đương đầu với nhiều thử thách tương tự. Tôi đã từ chối cơ hội làm giàu với bác Sandra, từ chối danh tiếng trong một giáo hội để dấn thân trong sự kêu gọi mạo hiểm và có vẻ tự phụ là gởi hàng lớp sóng người trẻ tuổi ra đi làm công tác truyền giáo.

Sau khi bị thử thách trong đồng vắng, Chúa Jêsus được phép bắt đầu sứ mạng. Cũng như Chúa, tôi hướng mình về phía trước, như tên lửa đã được đặt lên bệ phóng sẵn sàng cất cánh.

Một sự kiện khác đã xảy ra khoảng tám tháng sau chiến dịch truyền giáo mùa hè ở Bahamas: Bác Sandra sắp qua đời.

Tôi lập tức bay tới miền đông nước Mỹ để thăm bác Sandra sau khi bác chịu giải phẫu. Bác ra sân bay Providence đón tôi, dáng đi của bác chẳng có gì chứng tỏ về căn bệnh ung thư ngực. Mặc dầu nước da hơi nhạt và thân hình hơi ốm hơn, gương mặt bác vẫn tươi tắn, mái tóc được uốn một cách cẩn thận và móng tay được cắt tỉa công phu như trước. Bộ y phục màu vàng che đậy sự biến dạng của thân thể bác.

"Chào Loren cháu cưng của bác!" Bác hôn lên má và đẩy tôi vào chiếc hơi sang trọng. Trên con đường với hai hàng cây tràn đầy nhựa sống của mùa xuân, tôi kể cho bác nghe về những sự việc đã xảy ra và niềm hy vọng trong công tác sắp tới.

"Còn bác ra sao, bác Sandra?"

Bác Sandra hơi ngả người về phía sau và trả lời: "Bác đã bắt đầu đi nhà thờ cháu ạ. Ngày mai nếu chúng ta có thời gian, bác cháu mình sẽ đi thăm nhà thờ của bác được không?"

"Cháu có thời gian, thưa bác!"

Ngày hôm sau, chúng tôi lái xe tới nhà thờ Baptist, một tòa nhà bằng gạch với những trụ cột trước cửa. Chúng tôi bước vào trong giảng đường trang nghiêm, ánh sáng dọi qua cửa sổ cao trên hàng ghế gỗ trống rỗng. Bác Sandra chỉ về phía bục giảng và nói: "Bác cũng hát trong ca đoàn cháu ạ. Bác cảm thấy vui hơn khi mình làm một việc gì đó cho hội thánh".

Tôi để ý trước đây bác chẳng nói mình đang hát ca ngợi Đức Chúa Trời. Bác của tôi sắp qua đời và đang cố gắng làm những việc thiện. Đây là cơ hội để bác làm một việc quan trọng hơn. Tôi phải nói cho bác cách tiếp nhận sự tha thứ tội lỗi và tiếp nhận Chúa Jêsus.

Chúng tôi ngồi xuống hàng ghế phía sau giảng đườn. "Bác Sandra, bác có sẵn lòng dâng mình cho Chúa Jêsus chưa?"

"Bác đã sẵn lòng cháu ạ" – Bác trả lời, ánh mắt đầy giọt lệ. Tôi hướng dẫn bác một lời cầu nguyện đơn giản và bác lập lại từng chữ theo tôi: "Thưa Chúa Jêsus yêu dấu! Con xin tiếp nhận Ngài làm Cứu Chúa của con. Xin Chúa vào lòng con, cai trị đời sống và tha thứ tội lỗi của con."

Sau đó tôi chia tay bác, trong lòng biết chắc rằng đây là lần cuối cùng thấy bác trên trần gian.

Bắt đầu trở lại Công việc trong hội YWAM không phải là một điều dễ dàng. Một phần tôi suy nghĩ về bác Sandra, một phần khác tôi vẫn còn choáng váng sau cuộc nói chuyện với ông Giáo Hạt Trưởng ở Springfield. Bây giờ chúng tôi bắt đầu hoạt động một cách độc lập, không có sự trợ giúp của một giáo hội lớn. Nhìn về phía trước, tôi không thể ngờ được cuộc phiêu lưu mới của mình lại có thể khởi đầu ở New Zealand, một đất nước nhỏ xíu ở cực Nam bên kia trái đất.

Một ngày tháng giêng (mùa hè ở bán cầu phía Nam), tôi bay đến một khu cắm trại hoang dã bên bờ biển New Zealand. Ánh nắng chói chang như muốn thiêu đốt chiếc máy bay nhỏ đang chở tôi. Hội truyền giáo YWAM nay đã được sáu tuổi, chúng tôi đã gửi đi hai mươi hai tình nguyện viên có khả năng chuyên môn đi công tác dài hạn trong những năm thí điểm đầu tiên. Sau đó chúng tôi chứng kiến một phần hiện thực của khải tượng: Một trăm bốn mươi sáu người đi truyền giáo ở Bahamas và Cộng hòa Dominican. Lớp sóng người cứ tiếp tục ra đi một cách đều đặn khi chúng tôi gởi thanh thiếu niên tới Tây Ấn (vùng Caribbean), Samoa (Nam Thái Bình Dương), Hawaii, Mê-xi-cô và Trung Mỹ. Tuy nhiên hình như chúng tôi vẫn còn có điều gì thiếu sót.

"Vì sao mình có ít nhân viên như vậy?" Tôi hỏi Darlene khi lên đường đi New Zealand. Bốn năm rưỡi đã qua kể từ ngày cưới, chúng tôi đã có hàng trăm người tình nguyện trong công tác ngắn hạn, tuy nhiên chỉ có tám nhân viên làm việc trọn thời gian trong hội bên cạnh vợ chồng tôi. Tôi mong mỏi Chúa "mở cửa sổ trên trời" ban phước cho chúng tôi qua sự chu cấp về con người và phương tiện một cách đáng kể như một bằng chứng là Ngài đang dự phần trong giấc mơ này.

Chiếc máy bay nghiêng cánh bay vòng tròn trên mặt nước lấp lánh dọc theo sườn núi đá bên bờ biển đảo san hô bên ngoài New Zealand. Khu cắm trại dưới chân đồi thông hiện ra trong tầm mắt, với một tòa vài nhà cũ, một khu dựng lều và một chiếc lều lớn dùng để nhóm họp. Đây là nơi tôi đến với mục đích chiêu tập thanh niên cho chiến dịch truyền giáo của YWAM phía nam Thái Bình Dương.

Làn nước rực rỡ bắn tóe lên khi chiếc máy bay đáp xuống trước bến tàu. Vợ chồng Janice và Jimmy đón tôi từ trên bờ biển. Họ mới lập gia đình được năm tháng và đang nhờ nhà ông bà Dawson. Jim Dawson khoảng bốn mươi tuổi hoặc hơn là một nhà kinh doanh, ăn mặc đơn giản trong bộ đồ cắm trại, còn Joy, vợ của ông thân mật và cởi mở đưa tôi vào phòng khách sang trọng nhất trong khu nhà mà họ gọi là "Phòng của người săn cá voi". Ngay lập tức tôi cảm thấy thoải mái như ở nhà trong vòng những người bạn mới này.

Chúng tôi nói chuyện với 150 người có mặt trong khu cắm trại lúc ấy về khải tượng đưa thanh thiếu niên đi truyền giáo. Sau hai tuần cắm trại, họ sẽ có cơ hội đi thăm viếng làm chứng cho các gia đình ở thành phố Auckland, New Zealand. Tôi hy vọng trong số những bạn trẻ có mặt ở đây, sẽ có người tham gia công tác cùng chúng tôi ở vùng phía nam Thái Bình Dương.

Mặc dầu đến đây với tư cách giảng viên, chính tôi lại là người phải học hỏi những điều mới lạ từ những người dân đảo New Zealand xa xôi này. Họ thực hành một phương pháp tìm kiếm sự chỉ dẫn của Chúa một cách khác thường. Sau khi ngồi yên lặng chờ đợi, trong tâm trí họ sẽ hiện ra một tên sách trong Kinh Thánh với chương, dòng cụ thể mà họ không biết nội dung câu đó là gì. Tiếp đó họ tìm đọc trong Kinh Thánh và suy gẫm xem đây có phải là sự chỉ dẫn của Chúa không. "Bạn sẽ lấy làm ngạc nhiên khi biết rằng đây là một trong những cách Chúa thường dùng để phán cho con cái Ngài" – Họ nhắc đi nhắc lại với tôi như vậy. "Bí quyết là sự đầu phục hoàn toàn đối với Thần Linh của Jêsus. Nếu Chúa muốn nói chuyện, Chúa có thể sử dụng mọi phương tiện tùy ý, kể cả cách ấn chứng một phân đoạn Kinh Thánh bí ẩn trong đầu người nghe".

Có những điều ngạc nhiên khác xảy ra khi tôi được cầu nguyện cùng với những người lãnh đạo trong đó có giám đốc khu cắm trại và vợ chồng ông bà Jim và Joy Dawson. Bốn trong năm người chúng tôi, kể cả bà Joy thay nhau chia sẻ với thanh niên. Nan đề là thứ tự chương trình, ai sẽ là người làm diễn giả đầu tiên. Tôi nghĩ rằng tất cả sẽ cùng cầu nguyện chung một lời rồi ngẩng đầu lên để thảo luận. Tuy nhiên, một người trong nhóm giải thích cho tôi rằng trong cách tìm kiếm sự dẫn dắt cụ thể này, họ sẽ cầu xin Chúa phán cho mình một điều chính xác tương tự như người khác. Tôi gắng giấu vẻ kinh ngạc trên nét mặt mình.

"Được rồi, để xem điều gì sẽ xảy ra!" – Tôi thầm nhủ rồi cúi đầu thưa với Chúa: "Chúa ơi, Chúa muốn ai sẽ làm diễn giả đầu tiên ngày hôm nay?"

Tôi phải thú nhận rằng có những ý nghĩ không có vẻ thuộc linh lắm lại vang trong đầu tôi. "Giả sử mình là người duy nhất không nhận được sự chỉ dẫn của Chúa thì sao? Hay lỡ ra mình cảm thấy một điều gì đó ngớ ngẩn, khác thường?" Tuy nhiên tôi lấy lại bình tĩnh khi thấy những người xung quanh là những người Cơ Đốc giàu kinh nghiệm và nghiêm túc trông chờ lời phán dạy của Chúa. Vậy tôi quyết định tin cậy Ngài. Tôi ngã người trên chiếc ghế xếp, nhưng trong lòng tôi phấp phỏng trông chờ điều sẽ xảy ra.

Rồi tiếng nói quen thuộc hiện ra trong tâm trí nhắc cho tôi một tên trong số bốn người ngồi quanh tôi.

"Vậy mọi người đã sẵn sàng chưa?" Tiếng nói của ông giám đốc phá tan sự yên tĩnh trong phòng.

Mọi người lần lượt nói ra điều mình cảm nhận và kỳ lạ thay: Chúa phán cho tất cả năm người khác biệt một tên giống hệt nhau. Một làn gió mát thổi qua cửa sổ làm tâm hồn tôi bay bổng với niềm hớn hở trong lòng.

Hàng ngày chúng tôi tìm thấy sự dẫn dắt của Chúa theo cách như vậy. Tôi trở nên say mê với sự khám phá mới. Thêm vào đó, tôi cảm thấy chính mình được gắn bó và được đứng cùng đội ngũ với bốn người lãnh đạo kia mặc dầu tôi chỉ là lính mới, còn họ đã cùng nhau cầu nguyện nhiều năm rồi.

Rồi một ngày kia, phương cách cầu nguyên hiệp một tìm kiếm sự dẫn dắt của Chúa gặp trở ngại. Chúng tôi ngồi ngoài trời dưới ánh nắng ấm ban mai và cầu nguyện. Nhưng lần này một số người cảm thấy tôi là sẽ diễn giả trong ngày, nhưng một số người khác cảm thấy Joy nên làm việc ấy.

Tôi tò mò chờ xem điều gì không đúng đã xảy ra. Rõ ràng trong vòng chúng tôi có những người không nghe rõ tiếng Chúa phán, tôi nghĩ vậy.

"Chúng ta hãy quay lại với Chúa", Joy gợi ý một cách chắc chắn và tự nhiên, "bản thân vợ chồng tôi đã học được bài học là khi có trường hợp tương tự xảy ra chúng ta phải hỏi Chúa thêm những điều mà chúng ta chưa thấu hiểu". Vậy năm người trong nhóm lại cúi đầu xuống lần nữa và xin Chúa giải thích rõ ràng hơn. Chúa nhậm lời. Không phải chỉ có tôi hay Joy làm diễn giả duy nhất hôm đó nhưng cả hai, Joy nói trước, sau đó đến tô. Thật kỳ lạ ! Tôi nghĩ tới câu chuyện ba nhà thông thái phương đông đi tìm Vị Vua mới sinh. Mỗi một người đều theo sự dẫn dắt một cách riêng tư tới ngôi sao Bết-lê-hem và cùng đến với Chúa Jêsus.

Hai tuần huấn luyện nhanh chóng trôi qua, đã đến lúc chúng tôi đi đến thành phố Auckland để đi thăm viếng làm chứng từng nhà. Biết bao công việc cần phải làm trong công tác chuẩn bị cho chiến dịch truyền giáo. Tôi cảm thấy mình được hối hả như một sinh viên phải chạy đua với thời gian trong mùa thi vậy. Tôi vẫn còn trông chờ Chúa mở cửa sổ trên trời". Trong một tuần đi làm chứng sắp tới tôi hy vọng sẽ khám phá điều mà tôi còn cảm thấy thiếu sót – bí quyết để giải phóng tiềm năng của Chúa và những lớp sóng người cho công tác của chúng tôi.

"Thưa Cha, con đang gắng học cách lắng nghe lời: Xin Cha phán cho con biết việc trước mắt con trong ý Cha". Tôi thầm cầu nguyện trong khi chiếc tàu chở chúng tôi rời hòn đảo Great Barier đi Auckland...

Một giờ sau đó, tôi nghĩ tới câu chuyện mà tôi đã sử dụng trong bài thuyết trình đầu tiên, câu chuyện Chúa trong đồng vắng kiêng ăn và cầu nguyện trước khi bước vào chức vụ, trước khi "cửa sổ trên trời được mở rộng". Tôi phát hiện ra một nguyên tắc của Chúa Jêsus, nhưng ta gắng rũ bỏ nó khỏi tâm trí mình. Phải chăng Chúa muốn ta kiêng ăn và cầu nguyện một thời gian? Phải chăng đây là Ngài, thưa Chúa?

Ngay lập tức, câu trả lời ập đến tâm trí tôi. "Đúng vậy. Ta muốn con kiêng ăn cầu nguyện và cách ly mình khỏi mọi người trong vòng bảy ngày kể từ khi tàu cập bến".

Tôi lặng người. "Liệu con có nghe rõ Ngài không? Con còn có bao nhiêu việc phải làm. Cách ly mình ra khỏi mọi người có nghĩa là từ bỏ trách nhiệm trong đội... Janice và Jimmy sẽ phải gánh hết công việc chuẩn bị cho chiến dịch truyền giáo... Chúng con đã đi hàng dặm đến đây chỉ vì một mục đích đó thôi. Phải chăng đó là Ngài, thưa Chúa?

Câu trả lời duy nhất mà tôi nhận được qua tiếng phán nhẹ

nhàng là: "Khi ông bà Dawsons yêu cầu con ở lại với họ, con hãy nhận lời".

Chắc họ sẽ chẳng mời tôi đâu vì họ biết tôi đã có dự định đến ở một nơi khác rồi. Nhưng nếu thật họ mời thì rõ ràng đây là sự xếp đặt của Chúa và chắc chắn tôi phải kiêng ăn câu nguyện theo ý Ngài, dù Jimmy và Janice sẽ phải gánh hết trách nhiệm của tôi.

Tôi chẳng hé răng chia sẻ với ai về chuyện này, nhưng kiên nhẫn chờ đợi xem việc gì sẽ xảy ra. Màn đêm đang buông dần xuống mặt biển.

Đột nhiên, khi tia nắng cuối cùng biến mất ở chân trời. Jim Dawson đến gặp tôi bên cạnh lan can cầu. Tôi nín thở khi Jim bắt đầu mở miệng. Ông có vẻ ngần ngại: "À, Loren... Tôi biết anh đã sắp xếp ở tạm với những người bạn khác... Nhưng gia đình tôi cảm thấy Chúa đang phán một điều gì đó... Anh có vui lòng đến ở cùng chúng tôi không?"

10

ĐẾN VỚI CHÚA BẰNG TẤM LÒNG TRONG SẠCH

Tôi thoáng nhìn ngôi nhà hai tầng kiểu Bắc Âu của vợ chồng ông bà Dawsons trong khung cảnh hùng vĩ của bến cảng.

Jim dẫn tôi xuống phòng khách của họ, một căn phòng tách biệt, đơn sơ nhưng ấm cúng với cửa ra vào tách biệt. Tôi nhớ lại lời Chúa dặn rằng mình phải tự cách ly khỏi mọi người trong vòng bảy ngày nên gọi điện báo cho Jimmy và Janice rằng tôi sẽ không thể giúp họ trong một tuần lễ.

"Anh cứ yên tâm làm những việc anh phải làm, anh Loren à!" Jimmy trả lời với giọng nói chậm rãi của người từ tiểu bang Oklahoma. Tôi hình dung ý nghĩ trong đầu anh ta: "Anh nghĩ gì về chuyện không gặp chúng tôi suốt bảy ngày? Anh tính kiêng ăn và cầu nguyện trong khi chúng tôi ôm đồm hết tất cả công việc sao?" Tất nhiên, Jimmy không hề có ý nghĩ như vậy. Anh ta rất trung tín, điều ấy càng làm cho tôi cảm thấy áy náy hơn.

Sau khi treo ống nghe máy điện thoại lên, tôi quỳ xuống chiếc thảm xanh bên cạnh giường. Đây chính là điều tôi phải làm: Cầu Nguyện. Thời gian cách biệt mình khỏi mọi người cũng là một công việc, tuy vô hình nhưng quan trọng không kém gì mọi công việc khác. Cả cuộc đời tôi thường nghe nói về sự thánh khiết, thật ra sự thánh khiết chẳng qua là một cách nói khác của sự lựa chọn ưu tiên đúng đắn. Trong tuần lễ này, sự ưu tiên của tôi chính là sự tương giao riêng tư với Chúa. Tuy nhiên, tôi thầm hỏi không biết mình sẽ nhận được sự dẫn dắt của Chúa trong những ngày sắp tới không.

Chẳng có gì đặc biệt xảy ra trong hai ngày đầu tiên. Tôi quỳ gối xuống cầu nguyện, đứng dậy cầu nguyện, vừa bách bộ trong phòng vừa cầu nguyện, rồi ngồi xuống cầu nguyện, nằm dài trên sàn nhà và cầu nguyện. Mặc dầu có nhiều thời gian để đọc Kinh Thánh, nhưng tôi kiên nhẫn chờ đợi Chúa. Có khi Chúa nói một hai câu, nhưng phần lớn cả hai chúng tôi thỏa mãn trong sự tương giao thầm lặng.

Ngày thứ ba, Lời Chúa đến mà tôi không có cách nào miêu tả hơn là như một con dao mổ xẻ, giải phẫu tâm hồn.

Trong khi tôi đang nằm sấp mặt xuống nền nhà chờ đợi Chúa, đột nhiên con dao sắc bén đâm vào lương tâm tôi:

"Con còn nhớ sự kiện ở Springfield không?

Nhanh hơn làn sóng điện, phản ứng của tôi bắt đầu trỗi dậy: Thái độ phán xét và cay đắng đối với những vị lãnh đạo hệ phái Ngũ Tuần, đặc biệt với ông Thomas Zimmerman, người không thấy được khải tượng của hội YWAM như bản thân tôi thấy. Hai năm đã trôi qua kể từ khi tôi đến Springfield báo cáo công tác truyền giáo ở Bahamas với họ. Tôi vẫn còn cảm thấy nhức nhối bởi sự khước từ và bắt đầu khinh rẻ gia sản tâm linh của bản thân.

Tự nhiên, tôi phát hiện thời gian mình bỏ ra quá nhiều trong việc thanh minh bảo vệ bản thân và khải tượng của hội. Thời gian đáng lẽ ra phải dành cho công việc chính là công bố danh Chúa Jêsus cho mọi người đã bị chiếm đoạt một cách phí phạm và vô ích.

Tôi bật khóc, xin Chúa thương xót và hứa từ nay trở đi sẽ chỉ nói những lời khen ngợi đối với những người lãnh đạo trong quá khứ và tỏ lòng biết ơn đối với hệ phái mà mình đã được nuôi dưỡng, trưởng thành. Tôi sẽ phó thác bản thân và khải tượng của YWAM trong bàn tay của Chúa, nếu điều đó thực sự đến từ Ngài. Nằm sấp mặt trên thềm nhà, tôi biết chắc chắn Chúa đã nhận lời cầu xin và tha thứ tôi.

Rồi mũi dao nhọn lại xoáy thêm một lần nữa... Và cứ tiến diễn như vậy, hết giờ này qua giờ kia cho đến cuối ngày. Sự kiêu ngạo, tự phụ sụp đổ trước mặt tôi, tôi thấy nhiều khi mình hành động vì sự tán thưởng của con người hơn là của Chúa. Lời dặn dò của mẹ tôi tại buồng ngủ được sử dụng làm văn phòng đầu tiên cho hội YWAM đột nhiên trỗi dậy trong tâm trí: "Nếu con trở nên kiêu ngạo, Chúa sẽ không dùng con đâu". Rồi ngón tay của Chúa chỉ vào các tội lỗi trong tư tưởng như tôi mơ mộng tình dục. Mỗi một tội dù chỉ trong tâm trí, thái độ hay hành động, một khi Chúa đã chỉ ra tôi đều thú nhận, ăn năn, xin Chúa tha thứ và giúp mình lìa bỏ nó.

Khi biết cuộc mổ xẻ đã kết thúc, tôi biết mình còn phải làm một việc nữa. Viết thư xin lỗi và làm hòa với những người liên quan. Tôi lấy giấy bút và bắt tay vào việc ngay. "Thưa ông Zimmerman..." Mặc dầu đau đớn, nhưng hôm ấy khi tôi đặt lưng xuống giường, một cảm giác thánh sạch tràn ngập tâm hồn tôi. Trên chiếc bàn làm việc trong phòng là một đống thư tôi vừa viết, xếp đặt một cách ngay ngắn, chiếc phong bì đầu tiên đã được gửi đi văn phòng giáo hạt tại Springfield, Missouri.

Một tuần nhanh chóng trôi qua, tôi bắt đầu kết thúc việc kiêng ăn cầu nguyện. Tôi đã nhận được bài học cho bản thân và có lẽ cho cả hội cũng như cho tất cả những người tìm cách nghe được tiếng Chúa phán. Chúng ta sẽ nghe được tiếng Chúa phán rõ ràng hơn nếu đến với Ngài với tấm lòng trong sạch. Thú nhận tội lỗi còn là một quá trình liên tục, nhưng tôi đã bắt đầu bước đầu tiên trong tuần vừa qua.

Tôi băn khoăn điều gì sẽ xảy ra tiếp theo đó!

Điều sẽ xảy ra tiếp theo đó lại là điều mà bạn không muốn nghe.

Jimmy cố gắng bảo vệ sự yên tĩnh cho tôi trong tuần qua nhưng đến ngày thứ bảy anh gọi điện cho tôi với một tin dữ. Chúng tôi đã đặt mua một trăm ngàn cuốn truyền đạo đơn để phân phát cho các gia đình và người dân trên đường phố New Zealand. Những cuốn truyện đạo đơn đó được gởi đến trong khi tôi kiêng ăn cầu nguyện và được cất dưới tầng hầm của một xưởng máy. Một cơn mưa giông ập đến làm ngập cả kho tầng hầm và những cuốn truyền đạo đơn của chúng tôi uống nước sình bụng hết.

"Anh có thể đến ngay bây giờ không, Loren?" Jimmy hỏi và cho tôi biết địa chỉ.

Nửa giờ sau tôi có mặt dưới tầng hầm ẩm ướt. Jimmy hớn hở chạy ra đón tôi trong khi Janice cùng với ba tình nguyện viên khác đang lôi ra hàng ngàn quyển sách nhỏ ướt sũng khỏi những hộp cạt tông nhão nhẹt và chất thành từng đống trên bàn.

"Em nghĩ rằng mình có thể cứu được chúng anh ạ!" Janice thật thà nói, rồi dẫn tôi lại xem một chiếc máy ép lớn mà họ dùng để ép phần nước ra khỏi những quyển sách. Sau đó họ đem từng quyển sách một ra treo trên dây phơi quần áo dưới ánh nắng mặt trời. Đó là sự mở đầu của chiến dịch truyền giáo nổi tiếng của chúng tôi ở Auckland.

Thật ngạc nhiên, ai nấy cũng đều hào hứng trong công việc "phơi sách" trên dây ấy. Sáng thứ bảy, chúng tôi lái xe đến một địa điểm trong nội ô thành phố. Tôi đậu xe trước một quán nhậu "Câu lạc bộ Mèo Hồng" rồi mỉm cười, nháy mắt với em gái tôi: "Phải chi mẹ thấy anh em mình ở đây phải không Janice?" Thực ra chúng tôi sử dụng một căn phòng trong tầng hầm ngay bên cạnh địa điểm ăn chơi này làm trung tâm truyền giáo. Rồi mọi người khệ nệ khiêng những hòm sách gần khô xuống dưới căn phòng rộng, sơn nửa đỏ nửa đen. Ở đây chúng tôi sẽ mời những người không nhà không cửa tới uống cà phê, ăn lót dạ bánh mì kẹp thịt và nói chuyện về Chúa cho họ.

Từng nhóm khoảng ba, bốn người bắt đầu kéo đến. Cuối cùng chúng tôi có được ba mươi tình nguyện viên, hầu hết còn trong tuổi thanh thiếu niên. Các em trai thì mặc quần tây kiểu Continental, còn thiếu nữ thì mặc váy ngắn và giày mũi vuông. Một em trai với nụ cười vô tư, gương mặt của người sắc tộc Polynesia, có vẻ nổi bật trong đám đông. Liệu trong ba mươi người này, có ai sẽ trở thành giáo sĩ trong tương lai không? Liệu họ sẽ đi truyền giáo ở Philippines, Tây Phi hay các nước Đông Âu chăng?

Tôi hít một hơi thật sâu rồi bắt đầu chia sẻ lý do chính tôi đến Auckland, và kế hoạch hành động. Đoàn truyền giáo sẽ đi đến khu Ponsonby là khu chung cư của những người nghèo khổ gốc Polynesia, Samoa, Tonga, Quần đảo Cook... Trên bản đồ, tôi vẽ một vòng tròn xung quanh hàng trăm căn hộ. Một lần nữa cậu thiếu niên người thiểu số kia tỏ ra nổi bật trong đám người trẻ. Em đưa ra một câu bình luận: "Ông không thể chọn được một khu nào khó khăn hơn khu này đâu?".

"Đúng vậy. Em tên là gì?"

"Em tên là Kalafi Moala".

Tôi ghi nhận tên em trong trí nhớ.

Kalafi nói chẳng sai về khu Ponsonby. Đi làm chứng ở khu này chẳng phải đơn giản, sau một ngày vật lộn với sự khước từ, chúng tôi quay về quán cà phê dưới tầng hầm để rút kinh nghiệm. "Em suýt bị cảm gió khi người ta đóng cửa cái sầm trước mặt em." Janice lắc đầu.

Ngày hôm sau, Kalafi đi làm chứng cùng với tôi. Trong khi bước dọc theo dãy nhà kiểu Victoria, Kalafi kể cho tôi nghe về bản thân. Năm nay em lên mười tám tuổi, là con đầu trong chín người con của một gia đình gốc Tong, một hòn đảo nhỏ giữa Fiji và Samoa, một ngàn năm trăm cây số phía Đông New Zealand.

Như hầu hết người Tonga, em đến nhà thờ từ thuở thơ ấu. Tuy nhiên giữa em với Chúa không có một sự tương giao mật thiết nào hết. Với khả năng tự nhiên, em trở nên người cầm đầu trong đám học sinh trường trung học có thân thế nhất của người Tonga, đồng thời bắt đầu ăn nhậu và gây lộn.

Một buổi sáng sớm kia, em trở về nhà sau một đêm say sưa, tự nhiên em cảm thấy cuộc sống mình trở nên như một mảnh đất hoang dại. Em quỳ xuống bên giường và khóc, cầu xin Chúa ngự trị trong lòng và thay đổi cuộc sống của em. Tám giờ sáng em đứng dậy, đi rửa mặt và trở thành một con người mới. Trước khi tốt nghiệp trường trung học, Kalafi cùng một số bạn của mình bắt đầu nhóm lại để đọc Kinh Thánh và cầu nguyện. Nhiều học sinh trong trường cũng đã tin Chúa qua em.

Ngày đầu tiên, việc làm chứng của chúng tôi ở Ponsonby không chút hiệu quả. Kết quả hôm nay lại khác hẳn. Khi Kalafi mở miệng, những người dân đảo lắng nghe. Em không thuyết trình cho họ nhưng kể lại câu chuyện Chúa thay đổi cuộc đời của mình. Tôi bắt đầu hy vọng chàng trai trẻ này sẽ là một trong những sự "ban cho rộng rãi" mà tôi đã cầu mong bấy lâu.

Tôi chẳng phải chờ đợi nhiều. Một buổi tối cuối tuầ, Kalafi xin nói chuyện riêng với tôi. Chúng tôi kiếm một góc vắng vẻ. Kalafi đi thẳng vào vấn đề giữa tiếng nhạc ầm ĩ của quán cà phê.

Anh Loren à, em nghĩ mình nên có một đội YWAM đi truyền giáo ở Tonga. Chỉ còn năm tháng nữa, vào tháng sáu tới sẽ có lễ đăng quang của vị vua mới, vua Taufa'ahau Tupou đệ tứ. Hàng ngàn người Tonga sẽ đổ dồn vào thủ đô Nuku'alofa. Em nghĩ rằng đây là cơ hội tuyệt vời cho các anh ở đó". Kalafi nói một hơi.

Rồi em nói thêm: "Em sẽ làm việc cho các anh trọn thời gian. Em đã quyết định từ bỏ những dự định riêng tư, mặc dầu chúng hấp dẫn lắm anh Loren à. Em sẽ đi trước các anh, trở về Tonga để sắp xếp cho phái đoàn truyền giáo".

Tôi nhìn Kalafi một cách ngạc nhiên và sung sướng. Tôi biết hoài bão và tiềm năng của em trong cuộc sống và cảm thấy khâm phục về sự hy sinh này. Đúng vậy, muốn tăng trưởng, thiếu niên phải nghe tiếng Chúa phán, vâng lời và tình nguyện ra đi.

"Chúng ta hãy thực hiện kế hoạch đó đi!" Tôi hưởng ứng và cả hai anh em cùng cúi đầu cầu nguyện cho Tonga giữa tiếng nhạc ầm ĩ làm căn phòng rúng động.

Tối khuya hôm đó, tôi trở về nhà của ông bà Dawsons với ý nghĩ và khả năng Kalafi trở nên một người lãnh đạo đầu tiên xuất thân bên ngoài thế giới Tây Phương. Tôi cũng để ý rằng Chúa đã ban Kalafi cho chúng tôi sau giai đoạn kiêng ăn cầu nguyện và thanh tẩy lương tâm.

Sáu tuần Công tác ở New Zealand đã hết, tôi lên máy bay để trở về với Darlene. Chúng tôi hẹn gặp nhau ở Hawaii trong tuần trăng mật lần thứ hai. Biết bao nhiêu sự kiện đã xảy ra trong sáu tuần vừa qua. Chúng tôi đã thành công trong chương trình chứng đạo ở khu chung cư Ponsonby. "Cửa sổ trên trời" bắt đầu mở ra. Chúa đã ban cho chúng tôi Kalafi cùng bảy người khác với tiềm năng lãnh đạo trong tương lai. Điều đó đụng đến trái tim tôi: Tám giáo sĩ mới. Chỉ trong vòng sáu tuần, con số nhân viên làm việc trọn thời gian tăng lên gấp đôi.

Tuy nhiên, mặc dù tăng trưởng, chúng tôi chỉ tăng theo cách một cộng một bằng hai. Tôi hình dung một ngày nào đó chúng tôi sẽ tăng trưởng không chỉ theo cấp số cộng mà là theo cấp số nhân. Tăng trưởng theo cấp số nhân nảy sinh ra kết quả nhanh chóng hơn cấp số cộng. Tôi nghĩ tới Kalafi. Nếu em được huấn luyện chu đáo, em sẽ có khả năng huấn luyện nhiều người khác, đặc biệt những người trẻ từ các nước thế giới thứ ba.

Chiếc máy bay bay xuyên qua các tầng mây và ổn định ở độ cao mười cây số. Tôi cảm thấy mình vừa kết thúc một khóa huấn luyện trong mấy tuần qua. Tôi đã học được một phương cách mới trong việc nghe tiếng Chúa phán qua những người có kinh nghiệm lâu năm và có dịp ứng dụng nó cách thành công. Thực ra điều đó chẳng phải là mới lạ trong gia đình chúng tôi. Cả hai chúng tôi đều trưởng thành trong môi trường tin kính với sự dạy dỗ phong phú và tấm gương cụ thể của cha mẹ, ông bà trong chức vụ. Điều thuận lợi đó thật chẳng công bằng so với đa số thanh thiếu niên. Giả sử chúng tôi có những trường huấn luyện, tổ chức theo kiểu tư gia để mọi người được học hỏi những nguyên tắc này và áp dụng trong đời sống hàng ngày thì tốt biết bao.

Đây quả thật là một sáng kiến tốt, có thể là sáng kiến của Chúa đấy! Nếu vậy, tôi cần được kiểm nghiệm qua nguyên tắc "Ba Nhà Thông Thái": Có hai hoặc nhiều người hơn được Ngôi Sao Tâm Linh dẫn dắt trong cùng một hướng và trong cùng một thời điểm. Nếu thành lập các khóa học về đường lối của Chúa chính là sáng kiến từ thiên đàng, chắc chắn Chúa đã tỏ nó ra cho ít nhất một người khác. Tất nhiên tôi sẽ chia sẻ với Darlene, còn những người khác tôi cảm thấy tốt hơn là mình nên giữ kín mục tiêu sắp tới của hội.

Chiếc máy bay của tôi đáp xuống phi trường trước máy bay của Darlene. Khi bước ra khỏi máy bay tôi nhận thấy không khí ấm áp và mùi vị quen thuộc của rặng cây mận. Tôi hài lòng về quyết định nghỉ ngơi với vợ tôi ở Hawaii trước khi trở lại công việc ở Cali. Hawaii là một địa điểm hết sức đặc biệt. Ở đó bạn có thể thấy những gương mặt trắng và da nâu (của những người sắc tộc thuộc các hòn đảo phía Nam Thái Bình Dương). Hawaii là trung tâm của sự liên kết giữa phương tây và phương đông.

Tôi chỉ có một ít thời gian để thuê một chiếc xe Jeep màu hồng có vạch trắng sặc sỡ trước khi nhà tôi đến. Nếu chúng tôi sẽ có tuần trăng mật lần thứ hai ở đây, vì sao không làm cho nó trở nên một kỷ niệm đáng nhớ khác thường.

Darlene uyển chuyển bước xuống cầu thang máy bay trong bộ

y phục màu xanh thắm với mái tóc uốn chải cẩn thận. Tôi vòng tay kéo nàng vào lòng mình và ôm một cái ôm thắm thiết. Sau đó tôi liệng mấy cái vali vô chiếc xe Jeep màu hồng và phóng nhanh về khách sạn. Thật đáng tiếc, làn gió thổi qua chiếc xe không mui làm tung bay mái tóc của Darlene một cách tàn nhẫn.

Tôi thuật lại cho Darlene nghe về những sự việc xảy ra tại New Zealand, chuyện gặp ông bà Dawsons và Kalafi, chuyện về cuộc mổ xẻ tâm hồn, đau đớn nhưng hữu dụng trong khi kiêng ăn cầu nguyện và đặc biệt về nguyên tắc "Ba Nhà Thông Thái", một phương pháp mới để tìm cầu ý Chúa. Darlene cho tôi biết nàng cũng kiêng ăn và cầu nguyện vào đúng tuần lễ ấy. Kỳ lạ thay, Chúa hướng dẫn cả hai chúng tôi trong cùng một vấn đề mặc dầu chúng tôi ở xa cách nhau hàng trăm dặm.

Một ngày kia sau khi lái xe vòng quanh đảo, chúng tôi dừng lại ở Lỗ Phun Nước, cách đỉnh Diamond không xa, rồi cùng nhau trèo xuống những tảng đá đen bên dưới. Những làn sóng biển khổng lồ đập vô vách đá rồi thối lui. Thỉnh thoảng có những làn sóng ngầm đập vào bên dưới làm nước biển bắn lên qua những lỗ hổng bên trên mặt đá thành những cột nước dựng đứng hùng vĩ. Chúng tôi ngồi xuống và chiêm ngưỡng vẻ đẹp của thiên nhiên. Năng lượng khủng khiếp của những lớp sóng làm tôi kinh sợ, đồng thời tôi cũng nhớ đến khải tượng về những làn sóng thanh thiếu niên ào ạt ra đi truyền giáo. Tất nhiên trước hết họ phải biết phương cách giải phóng năng lượng của Chúa.

Trong lòng tôi còn có một điều đặc biệt nữa muốn tâm sự với Darlene và có lẽ chẳng có địa điểm thuận lợi nào hơn là bờ đá này với những lớp sóng cuồn cuộn bên dưới.

"Em biết không, tâm trí anh đang bị chi phối bởi một chương trình rất lớn..." Và tôi bắt đầu kể cho Darlene nghe về dự định mở trường huấn luyện.

"Ôi, kỳ diệu quá anh ơi!" Darlene reo lên một cách mừng rỡ.

"Chúa cũng nói với em về một ngôi trường mà ở đó thanh thiếu niên có dịp học hỏi về đường lối Chúa. Bản thân chúng mình cũng đã được bao nhiêu người trực tiếp dạy dỗ qua cuộc sống của họ. Em muốn mọi người đều có cơ hội như chúng ta".

Những dải mây nhiệt đới bắt đầu phủ xuống sườn núi xanh xung quanh, trong khi chúng tôi hớn hở kể cho nhau nghe về chi tiết tổ chức trường huấn luyện. Thanh thiếu niên sẽ học hỏi cách thức yêu kính Chúa với tất cả tấm lòng, tâm hồn, tâm trí và thể xác. Họ sẽ được học hỏi từ những người có kinh nghiệm bước đi với Chúa, dạy dỗ những điều mà chính họ đã thực hành. Những diễn giả đặc biệt này, từng người một sẽ đến dạy trong những lĩnh vực mà họ thuần thục.

"Chúng ta có thể tổ chức trường huấn luyện theo kiểu tư gia, ở đó cả diễn giả và sinh viên sống cùng nhau và cùng nhau học tập..." Darlene nhắc tôi về thời gian sống gần gũi với các tình nguyện viên trong nhà chứa máy bay ở Nassau, thủ đô Bahamas.

Các sinh viên sẽ không chỉ ngồi trong lớp học, nhưng họ sẽ vừa học vừa làm. Họ sẽ học qua thực hành, họ sẽ đi nước ngoài, gặp gỡ mọi người, nói chuyện, quan sát cuộc sống và giúp đỡ trong các công tác cứu trợ...

Các sáng kiến cứ tiếp tục dồn tới cho đến khi tôi để ý thấy mặt trời đã trở nên một quả cầu da cam khổng lồ ở chân trời. Tôi nhắc nhà tôi nên giữ kín sự dẫn dắt này cho đến khi Chúa cho phép chia sẻ nó ra. Chúa sẽ chứng minh qua một cá nhân nào đó rằng Ngài đang dự phần trong chương trình mở trường huấn luyện này.

Chúng tôi mong chờ đến ngày lễ Giáng Sinh để có thể gặp gỡ cả gia đình, ở nhà mới của cha mẹ tôi ở Alhmabra, bang Cali. Janice và Jimmy sẽ trở về từ miền Nam Thái Bình Dương sau tôi mười tháng. Cha tôi bận bịu nhiều công việc trong công tác quản nhiệm các hội thánh và nhiều giáo sĩ. Vợ chồng chị Phyllis và anh Len với hai đứa con ở cách đó khoảng vài góc phố sẽ cùng đến chơi. Cuối cùng mẹ tôi sẽ thêm gia vị cho các cuộc hội thoại bằng những câu bình luận hóm hỉnh như thường lệ.

Vừa bước vào cổng, chúng tôi đã ngửi thấy mùi gà tây nướng thơm ngào ngạt. Mẹ vẫn còn bận bịu trong bếp, ôm hôn chúng tôi rồi tiếp tục công việc bếp núc, còn cha tôi tay bắt mặt mừng dẫn chúng tôi vào nhà, cùng với hai gia đình của chị em tôi.

Tôi bắt đầu hỏi Jimmy và Janice về Công tác của YWAM trong mười tháng qua ở miền Nam Thái Bình Dương, đặc biệt về Kalafi và chiến dịch truyền giá Tonga. Có bao nhiêu sự kiện cần được kể lại, cả hai tranh nhau nói. Khi Jimmy và Janice từ New Zealand đến Tonga với ba mươi lăm tình nguyện viên, Kalafi đã chiêu mộ được thêm hai mươi người địa phương để cộng tác với đoàn.

Mọi người từ các đảo xung quanh bắt đầu đổ dồn vào thủ đô để dự lễ đăng quang. Nhân viên của chúng tôi phát ra hàng ngàn truyền đạo đơn, ai cũng muốn nhận và chẳng ai bỏ nó đi sau khi đã đọc xong. (Tôi nhớ lại thái độ khước từ của những người dân sống ở Ponsonby). Hàng trăm người đến tiếp nhận Chúa Jêsus.

"Còn Kalafi thì sao?"

"Anh ta làm được những công việc phi thường anh ạ". Jimmy mãn nguyện trả lời.

Cám ơn Chúa, sự gia tăng đã bắt đầu trong sự vắng mặt của tôi. Ước gì Kalafi cũng có thể đến học ở trường huấn luyện sắp được tổ chức.

Đã đến lúc dùng bữa. Mẹ tôi đã gõ vào đĩa mấy lần để mời mọi người ngồi vào bàn với những món ăn thịnh soạn của ngày lễ Giáng Sinh. Darlene đi ngang qua và nháy mắt tôi. Tôi biết nhà tôi đang suy nghĩ về một hộp quà rất đặc biệt mà nàng vừa mới đặt dưới cây thông Nô-en.

Ngay sau bữa ăn, mọi người ngồi xuống phòng khách để nhận quà. Chẳng bao lâu giấy gói quà và dây ruy-băng nằm ngổn ngang trên sàn nhà. Mọi người nhìn vào mẹ tôi với gói quà lớn trên đùi mang dòng chữ: "Tặng cho mẹ kính mến của Loren và Darlene. XIN GIỮ LẠI CHO ĐẾN CUỐI CÙNG". Tôi liếc nhìn Darlene. Mắt nàng lấp lánh niềm vui.

Mẹ tôi xé tờ giấy gói quà, lấy ra một vớ màu đỏ dùng để đựng quà cho trẻ em và một tấm thiệp. Bà đọc nó một cách thầm lặng rồi há hốc miệng ra, ngước mặt về phía chúng tôi và thốt lên: "Ô, tụi con nói giỡn sao?"

Tất cả mọi người chồm về phía trước đồng thanh hỏi: " Cái gì vậy mẹ?" Cuối cùng mẹ chừng chạc đọc to: " Đây là vở để ba mẹ nhét đồ chơi cho cháu trong năm tới. Vào tháng sáu cha mẹ sẽ có thêm đứa cháu thứ ba".

Sau năm năm, chúng tôi cảm thấy đã đến lúc mình nên có con. Mọi người đều mừng rỡ, bắt tay vỗ vai chúc phước cho chúng tôi, Còn cha tôi lắc lư trên chiếc ghế tựa với nụ cười mãn nguyện. Mẹ tôi bình luận: "Mẹ mừng là cuối cùng hai đứa cũng có thể rời chiếc máy bay ra và có một đứa con".

Đứa con đầu lòng không phải là điều duy nhất được chúng tôi cưu mang khi ấy. Vào mùa thu năm 1967, tôi bị cảm lạnh. Điều này chẳng có gì khác thường. Tuy nhiên trong khi nằm trên giường nghỉ ngơi, một ý nghĩ đến với tâm trí tôi: "Sắp tới con sẽ phải có một trường gọi là trường huấn luyện truyền giáo". Tôi băn khoăn không biết ý nghĩ này có đến từ Chúa không và nhớ đến cuộc nói chuyện giữa tôi và Darlene trên bờ đá ở Hawaii. Rồi một tiếng thì thầm khác cắt ngang dòng suy nghĩ: "Trường của các con sẽ được tổ chức ở Thụy Sĩ".

Ở Thụy Sĩ? Phải chăng đó là Ngài, thưa Chúa? Tôi hỏi thầm trong tâm trí. Tôi đã từng đi tham quan đất nước này và bị mê hoặc bởi vẻ đẹp của nó. Nhưng vì sao phải tổ chức trường huấn luyện ở đó. Chúng tôi chẳng có gì ở châu Âu. Người của hội YWAM đã đi đến châu Á, châu Phi, Trung Mỹ và Nam Mỹ, các quần đảo Nam Thái Bình Dương... Còn châu Âu?

Tôi mời nhà tôi đi thám hiểm Thụy Sĩ vào mùa xuân, Chúng tôi phải thế chấp ngôi nhà của mình ở La Puente để vay tiền ngân hàng mua vé máy bay. Mặc dù vậy, lòng tôi vẫn băn khoăn không biết Thụy Sĩ có thật nằm trong chương trình của Chúa không? Tôi mong được Chúa khẳng định là tôi đã nghe chính xác tiếng Chúa phán.

Chúa nhậm lời, và khẳng định cho tôi một cách khác thường.

Hai ngày trước khi chúng tôi đi, tôi được mời đi ăn điểm tâm. Cha tôi và Willard Cantelon, bạn ông đồng thời là một giáo viên dạy Kinh Thánh đã hẹn nhau ở nhà hàng. Willard nằng nặc đòi cha tôi phải đưa tôi đến: "Bởi đây là một vấn đề hết sức quan trọng".

Vậy cha con tôi lái xe đến nhà hàng Foxey ở Glendale gặp ông Willard đang ngồi đợi trong phòng ăn hình móng ngựa. Tôi bắt tay Willard với ý nghĩ tò mò muốn biết ông muốn nói gì với tôi đây.

Và ngay sau khi nghe ông nói xon, tôi đờ người không thể tin vào tai mình nữa.

"Loren à, tôi có một sứ điệp cho anh". Willard bắt đầu câu chuyện. "Chúa đã cho tôi một ý nghĩ rằng có ai sẽ bắt đầu một trường huấn luyện ở Thụy sĩ. Tối hôm qua Chúa lại phán cho tôi biết rằng chính anh là người sẽ làm việc ấy."

Khó khăn lắm tôi mới tìm được cái lưỡi của mình và thốt lên mấy lời kinh ngạc.

Willard nói tiếp: "Trường huấn luyện sẽ có nhiều sinh viên quốc tế, và giảng viên sẽ là những diễn giả lưu động. Tôi sẽ không là diễn giả nhưng chỉ là người đem sứ điệp này đến cho anh thôi."

Trong khi Willard nói chuyện, lòng tôi càng trở nên hào hứng khôn tả. Đây là một bằng chứng về nguyên tắc "Ba Nhà Thông Thái" được áp dụng giữa tôi, nhà tôi và ông Willard) và nay tôi biết chắc chắn là Chúa muốn tôi đi Thụy Sĩ.

Chúng tôi hạ cánh xuống phi trường vào tháng Tư, giữa phong cảnh non nước hùng vĩ của thủ đô Geneva. Sau đó chúng tôi lên xe đi Lausanne. Đất nước Thụy Sĩ nổi tiếng về thắng cảnh thiên nhiên hòa với bàn tay sáng tạo khéo léo của con người.

"Em nghĩ mình có thể ở đây được không? Tôi quay sang Darlene. "Em thích chứ, em nghĩ mình có thể ở đây cả cuộc đời", Darlene hưởng ứng.

Chúng tôi đi bách bộ từ từ xung quanh thành phố bởi Darlene cảm thấy nặng nề vì mang thai. Những thảm hoa rực rỡ, mặt nước trong xanh của hồ Geneva, hai ngọn tháp của nhà thờ lớn, đồng cỏ yên tĩnh, những căn nhà duyên dáng... nổi bật lên trên rặng núi màu lam phía sau. Ôi đẹp quá, chúng tôi không khỏi ngạc nhiên là Chúa muốn đem sinh viên đến đây để huấn luyện truyền giáo. Chúng tôi sắp xếp thuê cơ sở cho trường trong một thị trấn nhỏ bên ngoài Lausanne rồi quay trở lại Mỹ chuẩn bị đón đứa con đầu lòng ra đời.

Ngày sinh nở đã đến gần. Thụy Sĩ chẳng còn tràn ngập trong ý nghĩ của tôi nữa.

Ngày ba tháng bảy năm 1968, tôi đang công tác ở Philadelphia, còn vợ tôi ở khu Redwood, bang Cali với cha mẹ mình. Mặc dầu còn ba tuần nữa nhưng hôm ấy, vừa mới thức dậy tôi cảm thấy mình cần gọi điện về nhà ngay. Lausanne bắt điện thoại với giọng hào hứng.

"Anh muốn trở thành cha ngay hôm nay không?"

"Hôm nay? Có chắc không?" Đột nhiên mọi điều quan tâm khác đều tan biến.

"Vâng, em đã chuyển dạ. Em nghĩ rằng con của chúng ta sẽ chào đời khoảng tám hay chín giờ tối hôm nay".

"Anh sẽ về ngay bây giờ!" Tôi la lên và treo ống nghe.

Tuy nhiên điều ấy nói dễ hơn là làm, ngày bốn tháng bảy là ngày lễ, khó khăn lắm tôi mới mua được vé máy bay để rồi phải ngồi đợi ba tiếng đồng hồ trên đường băng trước khi máy bay được phép cất cánh. Tôi tới bệnh viện thành phố Redwood lúc 11 giờ đêm, hoàn toàn bực dọc và mặc cảm tội lỗi vì không thể nào về sớm hơn. Tôi nhìn thấy cha mẹ Darlene ngồi trong phòng chờ đợi.

"Con có tới muộn không, thưa ba mẹ?". "Không đâu. Nhưng Darlene đang gặp khó khăn. Bác sĩ bảo rằng em bé đang nằm trong tư thế ngược, chân muốn ra trước..."

Tôi lao ngay vào phòng hộ sinh. Darlene đang nằm lịm người trên mấy chiếc gối...

"Em phải chờ anh đến đấy," nhà tôi thốt lên qua hơi thở giữa cơn chuyển dạ. Tôi nắm lấy tay nàng và quỳ xuống bên cạnh cầu nguyện.

Đã đến lúc phải đưa Darlene vào phòng sinh, cuối cùng, lúc ba giờ sáng ngày bốn tháng bảy, ông bác sĩ bước vào phòng đợi, cởi khẩu trang và bắt tay tôi.

"Chúc mừng ông có được đứa con gái xinh xắn, tuy sinh nở khó khăn nhưng vợ ông quả là một dũng sĩ".

Chúng tôi đặt tên cho con mình là Karen Joy. Bây giờ chúng tôi đã có một gia đình trọn vẹn và ấm cúng. Tuy nhiên còn một kỳ sinh nở nữa mà cả hai chúng tôi đều nóng lòng trông chờ: Ngày ra đời của trường huấn luyện truyền giáo với nhiều hứa hẹn của sự "mở cửa sổ trời".

11
SỰ DẪN DẮT GIA TĂNG

Hai năm trôi qua kể từ khi tôi bắt đầu nhận thấy việc tổ chức trường huấn luyện ngắn hạn là một phần quan trong trong chương trình gởi người trẻ đi làm giáo sĩ. Trong vòng các bạn trẻ mà tôi và Darlene gặp, chẳng có mấy người được may mắn như chúng tôi, lớn lên trong trường " Kinh Thánh tại gia", nơi mà cha mẹ mình nêu gương tin kính, dạy dỗ về đường lối của Chúa, về phương cách thanh tẩy, cung ứng và dẫn dắt của Ngài… Tôi mong muốn tất cả các thành viên trong hội YWAM, đặc biệt là những người tham gia đều học hỏi và kinh nghiệm được những điều này. Chúa dẫn dắt chúng tôi trong khải tượng này qua nguyên tắc "Ba Nhà Thông Thái". Chúa muốn chúng tôi tổ chức trường huấn luyện kiểu tư gia, và khóa đầu tiên sẽ được mở tại Thụy Sĩ.

Thật khó mà tin được một năm trôi qua nhanh chóng kế từ khi chúng tôi đặt chân đến Thụy Sĩ để tìm địa điểm cho trường. Một năm đầy những công tác thí điểm và những sự khởi đầu lầm lạc. Cơ sở đầu tiên chúng tôi chọn trở nên không thích hợp. Mãi đến tuần vừa qua, một người bạn đi ngang qua một khách sạn đã bị đóng cửa và nghĩ có thể đây là một nơi tốt cho mục đích mở trường. Anh liền báo ngay cho chúng tôi. Vợ chồng tôi liền đẩy chiếc xe nôi chở bé Karen, nay được mười bốn tháng đến ngay nơi đó để thăm dò.

Đây rồi! Một tòa nhà năm tầng cũ kỹ, tường màu xám với khung cửa sổ màu xanh đứng buồn tẻ trên sườn đồi, bên cạnh rừng cây thường xuân rậm rạp. Chúng tôi chậm rãi bước vòng quanh rồi tiến vào sân cỏ với rặng cây sung dâu tỏa bóng xuống thềm gỗ, mà hình như trước đây người ta dùng làm quán cà phê ngoài trời. Phía trên nóc có tấm bảng hiệu với dòng chữ "Khách sạn Golf" đã bị mưa năng làm phai mờ (Chắc sân gôn ở cách đây không xa, tôi bình luận cùng nhà tôi). Từ đây, chúng tôi thư thả đứng chiêm ngưỡng vẻ đẹp của đồng cỏ trước mặt với những con bò sữa mập béo. "Anh có nghe tiếng chuông treo trên cổ chúng không?" "Có chứ. Kìa em, hãy để ý rặng Alps hùng vĩ ở đằng kia. Ôi đẹp quá!".

Chúng tôi tìm gặp người chủ trong một căn nhà hai tầng kế đó. May mắn thay bà ta nói được tiếng Anh. Bà chủ sẵn lòng dẫn chúng tôi đi tham quan và đồng ý cho thuê khách sạn này làm trường huấn luyện truyền giáo. Bà còn nói thêm: "Nếu các bạn cần gì xin cho tôi biết. Mặc dầu khách sạn bị đóng cửa nhiều năm nhưng tất cả đồ dùng vẫn còn nguyên vẹn đấy".

Một cảm giác kỳ lạ đến với tôi, tôi nghĩ rằng chẳng bao lâu nữa chúng tôi sẽ hằng ngày bước qua ngưỡng cửa này. Tôi mở khóa, đẩy mạnh cánh cửa ngoan cố và bước vào bên trong tòa nhà. Một bầu không khí ẩm ướt mốc meo xộc vào mũi tôi. Mạng nhện chắn ngang góc cửa. Hành lang được trang trí bởi những chiếc ghế và nệm đi-văng trước đây thuộc loại sang trọng nay đã tiều tụy thảm hại. Darlene chẳng tỏ vẻ quan tâm đến sự sơ sài đó. "Mình có thể sửa sang lại bàn ghế và làm cho tòa nhà trở nên xinh xắn anh ạ. Anh hãy tưởng tượng các bạn trẻ ngồi nghỉ ở đây sau những giờ học".

"Anh coi nè", Darlene thả Ka-ren xuống sàn nhà cho nó bò trên chiếc thảm Á Đông rồi chỉ cho tôi thấy phòng ăn lớn phía sau cánh cửa kính. "Phòng này sẽ là phòng học tốt lắm phải không anh?"

Sau đó chúng tôi bước theo chiếc cầu thang rộng, xem xét tất cả năm tầng và ba mươi hai căn phòng của tòa nhà.

Khi tìm được một căn phòng thích hợp cho gia đình, tôi biết Darlene đã sẵn sàng dọn đến. Đây là căn phòng ở một góc tầng hai, có buồng tắm riêng, cửa kính lớn đón luồng gió mát và tiếng leng keng từ chiếc chuông treo lủng lẳng trên cổ những con bò sữa.

Em nghĩ mình có thể ở đây lâu không?" Tôi mỉm cười hỏi vợ tôi.

"Sao lại không?"

Tôi đi dạo trong tòa nhà một lần nữa, cố gắng tưởng tượng những việc phải làm sắp tới. Mục đích của trường không phải là nhồi nhét thêm kiến thức trong đầu nhưng thay đổi đời sống học viên: Làm tăng trưởng niềm tin nơi Chúa, tìm hiểu về bản tính và đường lối của Ngài, về phương cách biến đổi mình trở nên giống Chúa hơn. Ở đây, chúng tôi học biết mối liên hệ mật thiết với Chúa và với nhau trong tình đồng đội. Ở đây, chúng tôi sẽ học về hai cánh tay của Phúc Âm là truyền giáo và thương xót mà tôi đã khám phá được trong trận bão Cleo ở Nassau (chương 8). Ở đây, trong tòa nhà đầy mùi ẩm mốc như chuồng thú này sẽ ra đời một trường truyền giáo, nơi mà hàng trăm thanh thiếu niên sẽ được học về sự nhận biết Chúa sâu nhiệm và phương cách công bố danh Ngài.

Chúng tôi sẽ huấn luyện các bạn trẻ trong lớp học khoảng ba tháng, sau đó cả giáo viên và học viên sẽ lên đường đi thực tập sáu tháng. Chúng tôi sẽ cùng nhau tin cậy sự cung ứng của Chúa và cùng nhau thực hành những điều mà mình đã học trên sách vở, cùng nhau chia sẻ với mọi người về Chúa Jêsus. Những bạn trẻ này sẽ được trở về quê hương với khải tượng của bản thân và bắt đầu trọng trách Chúa giao. Đó là sự gia tăng cấp số nhân.

"Anh ơi, bà chủ muốn nói chuyện với anh về điều kiện thuê mướn". Darlene cắt ngang dòng suy nghĩ trong đầu tôi.

"Tốt lắm, nhưng trước hết chúng mình hãy cầu nguyện về vấn đề này đã". Gia đình chúng tôi đứng giữa phòng ăn, ôm đứa con nhỏ trước ngực và cúi đầu cầu nguyện. Chúng tôi tin chắc là Chúa đã dẫn mình đến cơ sở này và cầu xin Chúa khiến tất cả những chi tiết của trường được ra đời. Trong lúc cầu nguyện, tâm trí tôi nhớ đến Kalafi Moala. Ước gì em cũng tham gia khóa đầu tiên. Tôi cảm thấy khó chịu khi nghĩ đến việc em chịu thiệt thòi khi không được giáo dục tâm linh như vợ chồng chúng tôi. Kalafi cưới Tapu, một thiếu nữ xinh đẹp con nhà danh giá ở Tonga. Jimmy và Janice cho biết là Tapu rất thích hợp với Kalafi trong công tác truyền, có điều Kalafi còn quá trẻ để đảm đương trách nhiệm nặng nề ở New Guinea.

Tuy nhiên, tất cả những quan tâm của tôi trong thời giờ này là bắt đầu khóa học đầu tiên ở Thụy Sĩ. Tôi quyết định thuê khách sạn và chuẩn bị chương trình huấn luyện cho mươi sáu học viên từ năm quốc gia khác nhau. Tôi không ngờ rằng chúng tôi sắp sửa đối đầu với một bài học cơ bản khác về sự dẫn dắt của Chúa.

Sau cuộc giải phẫu tâm linh ở nhà của ông bà Dawson ở New Zealand, tôi biết rằng tấm lòng trong sạch, trung thực trước mặt Chúa và người khác là điều kiện cần thiết để nghe được tiếng phán của Chúa. Trong tất cả cuộc phục hưng mà tôi có dịp nghiên cứu, Đức Thánh Linh vận hành mạnh mẽ khi con cái Chúa thú nhận tội lỗi. Bản thân chúng tôi cũng chứng kiến quyền năng thiên thượng được ban ra sau khi lương tâm mình trở nên trong sạch. Quả thật, tấm lòng trong sạch đem lại sự tự do, ma quỷ chẳng có thể bấu víu vào tội lỗi và sự cay đắng âm thầm của tôi mà cầm tù tôi được.

Tôi không hề thúc giục sự xưng nhận tội trong vòng sinh viên nhưng hy vọng họ cũng sẽ kinh nghiệm được điều đó. Vậy nên khi

Don Stephen thổ lộ tấm lòng mình ra, tôi chẳng lấy gì làm ngạc nhiên.

Ngày hai mươi bảy, tháng mười hai năm 1969, sáu tháng sau khi chúng tôi đến thăm khách sạn Golf và một ngày trước khi bắt đầu khai giảng với một diễn giả đầu tiên. Don Stephen và Deyon, người vợ mới cưới của anh cũng đến học cùng chúng tôi. Họ lập gia đình sau chiến dịch truyền giáo thí điểm ở Bahamas. Tối hôm đó, tôi mời Don làm chứng trước sinh viên. Bây giờ anh chững chạc đứng đây, thân hình đầy đặn hơn so với những ngày đầu tiên ở Bahamas. Don chia sẻ về kinh nghiệm được Chúa kêu gọi đi truyền giáo: Trong một nhà cầu nguyện ở trên núi, Chúa ban cho Don ấn chứng rằng anh sẽ trở nên một giáo sĩ chuyên nghiệp ở nước ngoài. Vài tuần sau đó, sau khi nghe bài giảng về quyền năng trong một lương tâm trong sạch, tôi nhận thấy Don lúng túng khó chịu trên chiếc ghế của mình. Cuối cùng, anh đứng bật dậy.

"Tôi có một điều muốn nói cùng các bạn, tôi đã phóng đại... không, không, tôi đã nói dối. Đêm đầu tiên khi tôi kể về sự kêu gọi của Chúa... Vâng, Chúa thật sự kêu gọi tôi như tôi đã kể cho đến một thời điểm nhất định, sau đó tôi thêm thắt những điều giả dối. Vâng, tôi đã nói dối, tôi cảm thấy xấu hổ và ân hận..." Sau đó, anh ta ngồi vội xuống.

Sự trung thực của Don được đáp ứng bởi lời thú tội của những người khác trong phòng học. Đây là một sự kiện lạ đáng được chú ý. Không phải tất cả mọi người đều chọn cách thú tội công khai như vậy, điều đó không quan trọng lắm, có thể họ đã thầm đến với Chúa trong tấm lòng ăn năn. Chỉ có sự ăn năn mới đem đến sự cứu rỗi. Tuy nhiên sự thú tội giữa người với người dẫn tới sự hạ mình và hiệp một, đồng thời chuẩn bị tinh thần, tình cảm và thể xác của một người phạm tội để tiếp nhận sự chữa lành của Chúa. Sự thú tội có lợi ích cho tâm hồn. Hơn nữa, trước một nhóm người trung thành và rộng lượng, sự thú tội tạo điều kiện cho mọi người nhích lại gần nhau hơn như người thân trong gia đình. Lúc đó, tôi nghĩ rằng mình sẵn lòng chết thay cho Don, là người hạ mình trước mọi người. Và cũng sẵn lòng chết thay cho các sinh viên khác nữa.

Sau khi trở về phòng riêng, các sinh viên viết những bức thư thú tội và làm lành với cha mẹ, thầy cô giáo, mục sư, và bạn trai, bạn gái mình.

Tôi nhớ lại đống thư tôi viết khi viết khi ngồi trong căn phòng dưới tầng hầm của ông bà Dawsons. Sau đó, công việc YWAM bắt đầu gia tăng với mức độ chưa từng thấy.

Phải chăng kinh nghiệm này cũng sẽ đến với Don?

Một ngày cuối mùa hè năm 1970, tôi cùng Darlene, đang nặng nề mang thai đứa thứ hai và Karen, nay lên hai tuổi đi dạo chơi trong khu rừng thông cạnh khách sạn Golf, vừa đi vừa nói chuyện về trường huấn luyện truyền giáo. Chúng tôi hào hứng mong chờ buổi nhóm với các sinh viên. Ba mươi sáu sinh viên đã trở về sau chuyến thực tập của họ khắp các nước ở châu Âu, có nhóm đi xa đến tận Afghanistan. Hôm nay, chúng tôi sẽ nghe các sinh viên báo cáo về chuyến đi, mặc dù trước đó chúng tôi đã đến thăm họ ở các địa điểm khác nhau. Hôm nay, chúng tôi biết được chương trình huấn luyện của mình có thành công hay không. Không những sốt ruột muốn nghe kể về chuyến đi thực tập của họ, tôi còn nóng lòng muốn biết về dự định tương lai của họ nữa. Hôm nay sẽ là một ngày quan trọng để chúng tôi kiểm nghiệm kết quả của sự dẫn dắt thiên thượng mà Darlene và tôi đã nhận được ba năm rưỡi về trước, sau đó sự hướng dẫn của Chúa được ấn chứng qua người bạn của cha tôi, ông Willard Cantelon (chương 10). Sự dẫn dắt của Chúa cũng giống như lời tiên tri, đòi hỏi một sự kiểm chứng rõ ràng qua kết quả cụ thể.

Hôm nay, chúng tôi sẽ được biết. Liệu những người trẻ này sẽ sáng lập những chức vụ mới dưới sự bảo hộ của hội YWAM không? Khi tất cả mọi người sẽ nhóm lại trên sân cỏ trước cửa khách sạn, chúng tôi sẽ biết được nhiều điều mới lạ về tương lai của họ.

Chiều hôm đó, chúng tôi quây quần ngồi trên hàng ghế xếp vòng trước khách sạn, dưới vòm cây sung dâu, Darlene vật vả lắm mới giữ được Karen ngồi yên lặng, không bò tới đứa con mới sinh của Deyon, Jimmy và Janice cũng mới trở về cùng đoàn với họ từ Afghanistan. Nhìn vợ chồng em gái mình, tôi băn khoăn không biết bao giờ Chúa sẽ đáp lời cho họ, ban cho họ một đứa trẻ sau sáu năm lập gia đình.

Dưới bóng cây rậm rạp, ba mươi sáu bạn trẻ bắt đầu thay nhau kể về chuyến đi thực tập truyền giáo ở Đức, Tây Ban Nha, Pháp, Anh, Ygoslavi, Bulgaria và Afghanistan. Tôi cũng kể lại cho họ về công tác của những người vắng mặt hôm đó. Vào thời điểm này, hội đã có được bốn mươi bốn nhân viên khắp thế giới, kể cả Kalafi, Tapu và đội của họ ở New Guinea.

Cuối cùng giây phút tôi mong chờ đã đến, khi mọi người trình bày về kế hoạch tương lai của mình. Từng người một tin rằng Chúa muốn mình ở lại với hội YWAM để tham gia những công tác truyền giáo khác nhau.

Phải chăng điều tôi mong đợi và cầu nguyện lâu nay đã thành sự thật? Vâng, đúng vậy, chúng tôi đang bắt đầu tiến trình nhân rộng. Tôi mơ ước điều này đã lâu lắm rồi, những người trẻ tuổi đến tham gia công tác truyền giáo ngắn hạn, sau khi được huấn luyện về đường lối của Chúa và bây giờ nhận được sự mặc khải cho bản thân để bắt đầu công việc ở Pháp, Anh, Đức, Tây Ban Nha. Còn Jimmy và Janice sẽ đi các nước Bắc Âu.

Tôi liếc nhìn Don và Deyon đang ngồi yên lặng ở cuối hàng ghế. Họ là những người duy nhất chưa nói điều gì cả. Đôi mắt Deyon rực sáng, nụ cười trên đôi môi cô còn có vẻ sinh động hơn, " Don, còn anh thì sao?" Tôi hỏi.

Don rướn người về phía trước và nói cho mọi người biết nỗi lo sợ của mình, vì mãi đến giờ ăn trưa hôm ấy cả hai vẫn chưa nhận được sự dẫn dắt gì của Chúa cả. Họ đã cầu nguyện nhiều tuần nhưng vẫn chưa có điều gì rõ ràng hiện ra trong tâm trí họ.

"Tôi đã muốn bỏ cuộc rồi. Trong lòng tôi chẳng có gì hào hứng và chẳng có gì gần giống như sự dẫn dắt của Chúa. Rồi Trong giờ ăn trưa, tôi nhặt tờ tạp chí Time lên xem và nhìn thấy hình ảnh thành phố Munich ở Tây Đức. Ở đó, họ đang xây dựng cơ sở cho Thế Vận Hội Olympics Mùa Hè năm 1972, sẽ diễn ra sau hai năm nữa. Không biết vì sao, tôi lại nhớ đến cuộc biểu dương lực lượng của hàng ngàn thanh niên phe Cộng Sản, họ vừa đi, vừa hô to các khẩu hiệu, nhưng thật kỳ lạ chẳng có một chút tia sáng nào trong đôi mắt của những người trẻ đó. Họ bước đi như một cuộc diễu hành của sự chết".

Don ngước mắt về phía tôi, thở dài rồi đấm ngực và nói tiếp: "Loren, tôi tin rằng chúng ta nên tổ chức cuộc diễu hành của Cơ Đốc nhân ở Thế Vận Hội Olympics diễn ra tại Munich. Đây là một cơ hội hết sức thuận tiện để gặp gỡ đủ mọi loại người từ hai phía của Bức Màn Sắt chia đôi châu Âu và nói cho họ biết về Chúa Jêsus. Các bạn biết không, với vận động viên và du khách từ khắp mọi nơi, Thế Vận Hội Olympics sẽ như thế giới thu nhỏ trong phạm vi một thành phố vậy".

Nghe đến đây, đột nhiên trong tôi có một điều gì đó trỗi dậy, và tôi biết Don nói đúng. Không chỉ có một mình tôi nhưng tất cả mọi người có mặt đều vui mừng hưởng ứng ý kiến của Don.

Đây quả là một ý kiến rất hay để tiến hành việc nhân rộng. Hội YWAM đã trở nên một môi trường cho những người như Don được bắt đầu chức vụ. Trong trường huấn luyện nhỏ bé này, Chúa đã ban những sáng kiến quan trọng cho những người khác ngoài tôi. Nhớ lại những giây phút Don hạ mình đứng thú tội trước mọi người, tôi rất vui khi thấy Chúa đã lựa chọn anh. Tôi cũng đặt lòng tin cậy vào Don.

Tôi hỏi: "Anh nghĩ mình sẽ có bao nhiêu người tham gia, Don?"

"Khoảng hai trăm người ". Don lúng túng nhìn xuống và trả lời cách khiêm nhường. Con số ấy có vẻ nhỏ bé với tôi, tuy vậy hai trăm người cũng đã là một kỳ công rồi. Đặc biệt khi nghĩ về tình trạng thiếu thốn nơi ăn chốn ở trong thời gian diễn ra Thế Vận Hội.

Đó cũng là lễ bế giảng của buổi huấn luyện truyền giáo. Tôi vô cùng hào hứng về mọi việc. Sau đó, chúng tôi cầu nguyện chúc phước cho sinh viên rời trường, ra đi đến mười mấy nơi khác nhau.

Cuối cùng vợ chồng Don và đứa con thơ của họ cũng ra đi. Họ chất đồ lên trên chiếc xe Ford để đi thám hiểm thành phố Munich.

Tôi có linh cảm rằng mình sắp được chứng kiến một điều gì đó hết sức vĩ đại.

12

SỰ NGUY HIỂM TRONG THÀNH CÔNG

Chúa sẽ đưa chúng ta đến thành công, nhưng sự thành công lại là một trong những trở ngại chính ngăn trở ta chúng nghe được tiếng Chúa phán. Ước gì tôi biết được nguyên tắc quan trọng ấy trong sự dẫn dắt của Chúa trước khi kinh nghiệm đau đớn có thể xảy ra.

Khi dấn thân vào những cuộc phiêu lưu mạo hiểm đan xen, chúng tôi chẳng hề biết gì về nguyên tắc quan trọng này.

Hai năm sau khi Don Stephen nhận được khải tượng về hàng trăm tình nguyện viên đi làm chứng ở Olympics, tôi đi bộ trên vỉa hè của thành phố Copenhagen trong một buổi sáng lạnh giá, vừa đi vừa băn khoăn về chiếc máy in khổng lồ. Có người gửi tặng một chiếc máy in khoảng hai tấn cùng với tất cả các phí tổn về giấy và mực in để ấn loát hàng triệu truyền đạo đơn. Bây giờ chúng tôi chẳng biết nên đặt nó vào đâu. Chỉ còn sáu tháng nữa thôi là các du khách bắt đầu đổ về Munich để dự thế vận hội Olympics.

Tôi nhảy lên vỉa hè để tránh chiếc Volvo, cuộn chặt người trong chiếc áo ấm rồi bước vội về căn hộ nhỏ bé của vợ chồng Jimmy và Janice. Đây là trung tâm chỉ huy chiến dịch truyền giáo ở Munich. Tìm nơi để đặt chiếc máy in chỉ là một nan đề nhỏ trong các nan đề. Mặc dầu Don đoán trước khoảng hai trăm tình nguyện viên sẽ tham gia, nhưng sau những cuộc cổ động truyền giáo ở Hoa Kỳ, Nam Mỹ, Canada, Tây Âu, chúng tôi có được gần một ngàn người. Biết kiếm chỗ nào cho họ ở tạm đây?

Don đã đến Monich vài lần để giải quyết vấn đề, nhưng người ta cho biết rằng tất cả các cơ sở trong ba trăm cây số đều được thuê trước đó rồi.

"Vây ít ra mình phải kiếm được một địa điểm đẻ đặt chiếc máy in ngay bây giờ và bắt đầu ấn loát truyền đạo đơn". Don và tôi hốt hoảng tìm câu trả lời cho nhu cầu trước mắt.

Thực ra tôi không hề lo lắng đến nơi để chiếc máy in hay chỗ ở cho các bạn trẻ trong chiến dịch truyền giáo. Tôi biết chắc rằng điều này sẽ được giải quyết vì chính tôi đã vô số lần được kinh nghiệm cách Chúa chu cấp một cách diệu kỳ. Luôn luôn là vậy. Có một nguyên tắc hiệu quả mà mọi tín hữu nên biết và thực hành (tôi thầm nhắc nhở mình một cách chủ quan): "Hãy tiếp nhận lời Chúa phán về việc Chúa muốn thực hiện, lớn tiếng công bố nó và chờ xem Chúa thực hiện".

Cách đây một năm, vài tuần trước khi nhà tôi sanh David, đứa con thứ hai, Chúa phán cho chúng tôi mua lại khách sạn Golf. Khi ấy hội YWAM chẳng có gì hơn là vài chiếc máy đánh chữ và một chiếc máy in nhỏ (quả là một tiến bộ so với chiếc máy in quay tay mà vợ chồng Bob và Lorraine dùng trong những ngày đầu tiên). Bên cạnh đó là mấy chiếc xe hơi cũ. Khi Chúa bảo mua khách sạn, chúng tôi lớn tiếng công bố điều ấy. Trong trí óc và tâm linh tôi không hề mảy may nghi ngờ là nguồn tài chánh sẽ đến và đến đúng thời hạn.

Mỗi một tuần trôi qua chúng tôi nhận thêm một ít tiền cho việc mua khách sạn. Chúng tôi cũng làm phần mình có thể làm được và thật sự kinh ngạc trước việc dâng hiến một cách hy sinh của các bạn trẻ. Chúa cũng phán cho vợ chồng tôi bán đi tài sản duy nhất của mình – căn nhà ở La Puente, bang Cali và đóng góp vào công việc chung. Chúng tôi vâng lời Ngài.

Đến thời hạn nộp tiền, hội còn thiếu khoảng 10.000 đô-la. Tôi đi ra bưu điện một lần nữa với hy vọng cuối cùng, và kìa, trong hộp thư có mấy chiếc phong bì từ những ngườ tin tưởng vào công tác của chúng tôi tại Thụy Sĩ. Thật khó tin được, số tiền gởi đến hôm ấy cộng lại đúng 10.060 đô-la. Mấy ngày sau, khi đã trả hết món nợ, tôi quay trở lại bưu điện nhưng chẳng có một món quà nào đến thêm, dù một đồng xu nhỏ.

Tôi biết sớm muộn gì chúng tôi cũng sẽ có được nơi ăn chốn ở cho tình nguyện viên truyền giáo và cơ sở cho chiếc máy in. "Điều đó phải đến sớm vì chỉ còn sáu tháng nữa thôi là khai mạc Thế Vận Hội Olympics", tôi thầm nhủ.

Quả nhiên, vài ngày sau tôi nhận được một cú điện thoại từ Don. "Loren, có lẽ chúng tôi đã tìm thấy một địa điểm thuận lợi cho chiếc máy in và cho một ngàn thanh thiếu niên!"

"Vậy sao? Anh tìm được cái gì vậy? Một nhà kho? Hay một khu cắm trại? "

Chẳng phải như anh nghĩ đâu Loren, đây là... một tòa lâu đài".

Vừa nghe đến chữ "lâu đài", một cảm giác khác thường ập đến trong tôi. Mặc dầu hơi buồn cười nhưng khi Don miêu tả về tòa lâu đài đang được rao bán, tôi biết rằng nó sẽ thuộc về chúng tôi. Sau khi Don treo máy điện thoại lên, tôi cầu nguyện xem đây có phải là ý Chúa không. Càng cầu nguyện tôi càng thấy sáng tỏ rằng lâu đài này không những chỉ phục vụ tạm thời cho chiến dịch truyền giáo ở Thế Vận Hội Olympics mà thôi, nhưng nó sẽ trở nên trụ sở của hội YWAM ở nước Đức nữa. Một giờ trôi qua, tiếng Chúa phán "đúng vậy" cứ lớn dần trong tâm trí tôi.

Vài ngày sau, tôi cùng Don đi tham quan tòa lâu đài. Sau một giờ lái xe khỏi thành phố qua những cánh đồng bằng phẳng của các nông trại, chúng tôi đến làng Hurlach. Và kìa! Phía cuối con đường nhỏ là tòa lâu đài của chúng tôi, đứng sừng sững ở chân trời như một cánh tay khổng lồ, với ngọn tháp đôi có máy vòm củ hành. Chúng tôi lái xe từ từ qua ổng, theo con đường bán nguyệt tới chiếc cổng lớn chạm trổ công phu, tôi ra khỏi xe rồi đứng ngửa cổ ngắm nhìn tòa lâu đài cao sáu tầng cùng những dinh thự kế đó.

"Thật khổng lồ!" Tôi thầm rỉ tai Don.

Sau khi nghe tiếng chuông, ông quản lý ra đón và đưa chúng tôi đi tham quan lâu đài. Từ tầng hầm đến nóc nhà, tất cả đều được giữ gìn cách cẩn thận. Tòa lâu đài được dựng lên từ thế kỷ mười sáu và chủ nhân hiện tại, một công ty về dịch vụ xã hội cho trẻ em, đã bỏ ra món tiền tu sửa gấp đôi món tiền mà họ muốn bán nó. Tòa lâu đài có đủ phòng ở và nhà vệ sinh cho ba trăm người, nhưng nếu kể đến gác mái (giữa trần nhà và nóc nhà) và hai mẫu đất xung quanh, chúng tôi có thể chứa thêm hàng trăm người nữa.

"Mình đang cần một nhà chứa xe, nay không những có được nó, mà còn thêm được tòa lâu đài dính bên cạnh nữa!" Don hóm hỉnh bình luận khi chúng tôi bước vào nhà chứa xe bên cạnh, đủ lớn để đặt chiếc máy in.

"Và ở đây, mình sẽ đặt chiếc lều bạt lớn để làm nơi huấn luyện cho nhân sự nữa". Tôi chỉ ra khu đất phía sau.

Chúng tôi lái xe qua Munich rồi cùng thông dịch viên đến gặp chủ nhân để cùng thỏa thuận việc mua tòa lâu đài. Sử dụng những chi tiết mà Chúa gợi ý, chúng tôi đồng ý trả tiền cọc sau một tuần và trả tiếp lần thứ hai vào cuối tháng tám, đúng vào dịp Thế Vận Hội Olympics.

Vài phút sau chúng tôi ra khỏi văn phòng với chìa khóa tòa lâu đài cầm trong tay. Thật quá dễ dàng. Trong vòng một tuần, số tiền cọc đã đến từ những người bạn tín hữu ở châu Âu. Niềm tin của chúng tôi bay bổng như diều gặp gió. Vài ngày sau, chiếc máy in được chuyển tới lâu đài và thợ in bắt đầu cho ra những tờ truyền đạo đơn tiếng Anh, tiếng Đức và tiếng Pháp.

Ban đầu, người ta nghĩ sáng kiến này chẳng phải đến từ Chúa:

Câu chuyện sau đây xảy ra không bao lâu sau khi Don dọn vào tòa lâu đài, khoảng bốn tháng trước Thế Vận Hội, tháng ba năm 1972. Khi ấy tôi đang đi công tác một vòng xung quanh bờ biển Thái Bình Dương, cổ động mọi người tham gia chiến dịch truyền giáo ba tuần ở Munich. Trên đường đi từ nước này qua nước kia, tôi chẳng trông chờ Chúa sẽ làm một điều nào cả, một phần vì công việc chuẩn bị cho Thế Vận Hội Olympics gần như đã hoàn tất. Tôi không ngờ là Chúa đang chuẩn bị hội YWAM cho một sự kiện xa hơn trong tương lai.

Chiếc máy bay từ Seoul đến Hồng Kông đang sải cánh trên biển Hoàng Hải. Qua tấm màn che cửa sổ, tôi có thể thấy mảnh đất xa xa qua làn mây mỏng, có lẽ đó là Thượng Hải. Cô tiếp viên hàng không vừa tới dọn bàn ăn của tôi.

Đột nhiên tiếng Chúa phán cắt ngang dòng suy nghĩ của tôi: "Đã đến lúc các con tìm mua một chiếc tàu thủy!".

Tôi sửng sốt bật lên câu hỏi: "Phải chăng đó là Ngài, thưa Chúa?" Kể từ cơn bão Cleo ở Bahamas, tôi xác định được hai bản chất song song mà hội truyền giáo phải có: Kính Chúa và yêu người. Một chiếc tàu thủy sẽ là công cụ thích hợp cho cả công tác công bố Phúc Âm và thương xót. Tuy nhiên, ý nghĩ đó làm tôi choáng ngợp.

Bạn có thể tưởng tượng những công việc mà một chiếc tàu thủy đòi hỏi, nào là tìm một đội thủy thủ chuyên nghiệp, nào là nghiên cứu và thi hành luật lệ hàng hải, nào là tìm nguồn tài trợ khổng lồ cho tàu và vật liệu cứu tế...

"Thưa Chúa! Nếu Ngài đang phán rằng bây giờ là thời điểm để bắt đầu, xin cho con sự chắc chắn. Bắt tay vào một công việc vĩ đại như vậy sẽ đòi hỏi chúng con một cái giá khổng lồ".

Tôi chẳng biết cụ thể cái giá đó cao đến mức độ nào.

Vài tuần sau tôi kết thúc buổi nói chuyện với các bạn trẻ về truyền giáo ở Thế Vận Hội Munich. Trở lại New Zealand, mảnh đất xinh đẹp này với những đồng cỏ xanh điểm lốm đốm những chấm trắng của đàn cừu làm tôi cảm thấy như ở nhà. Đây cũng là nơi tôi học được biết bao điều về đường lối của Chúa và gặp ông bà Jim và Joy Dawson, Kalafi và những người bạn chân tình khác. Bây giờ chúng tôi đã có được một nhóm lãnh đạo vững chắc của hội YWAM New Zealand. Tôi kể cho họ nghe về những điều Chúa phán cho tôi qua trận bão Cleo ở Bahamas và trên chiếc máy bay bay ngang qua Thượng Hải. Phải chăng Chúa đang dẫn dắt chúng tôi trong việc mua một chiếc tàu thủy?

Sáu anh em chúng tôi cúi đầu cùng nhau cầu nguyện. "Xin Chúa giúp đỡ chúng con. Ngài biết rằng tìm được những người thích hợp cho công việc này không phải là điều dễ dàng..." Lời cầu nguyện của một cá nhân đột nhiên bị cắt ngang bởi một tiếng gõ cửa đúng thời điểm đó. Mặc dầu hơi khó chịu, tôi đứng dậy ra mở cửa cho một người đàn ông khoảng ba mươi tuổi với nước da sạm nắng.

"Có gì vậy, thưa ông?" Tôi hỏi nhỏ, mắt liếc nhìn những người đồng sự đang kiên nhẫn chờ đợi phía sau.

Người đàn ông biết mình đang làm gián đoạn buổi cầu nguyện nên lắp bắp hỏi: "Vì sao Chúa lại muốn một người tham gia truyền giáo khi anh ta không có đủ khả năng?"

Quả là một câu hỏi bất thường, nhưng Chúa Thánh Linh nhắc nhở tôi phải lắng nghe một cách nghiêm túc. Tôi mở rộng thêm một cánh cửa: "Xin mời ông vào... ông nói... không đủ khả năng nghĩa là gì vậy?"

Người đàn ông bước tiếp qua ngưỡng cửa một cách miễn cưỡng: "Tôi chẳng biết gì hơn là biển. Tôi là kỹ sư trưởng và là thuyền trưởng nhưng Chúa lại gọi tôi đi truyền giáo. Những hai điều đó không tương đồng với nhau phải không?"

Chúng tôi kinh ngạc bởi sự trả lời nhanh chóng và trực tiếp của

Chúa. Người bạn mới muốn bắt tay vào công việc ngay nhưng chúng tôi chưa có tàu thuyền và thủy thủ. Tuy nhiên sự hiện diện bất ngờ của ông trong khi chúng tôi cầu nguyệntìm kiếm sự dẫn dắt của Chúa làm cho tất cả mọi người ai cũng lâng lâng trong sự hào hứng. Việc cần làm trước hết là công tác truyền giáo ở Thế Vận Hội, nhưng giờ đây chúng tôi biết rằng Chúa còn muốn chúng tôi phải tiến xa hơn trong tương lai.

Tôi trở về nhà, nóng lòng muốn nói lại cho nhà tôi biết về những sự kiện vừa xảy ra và chuẩn bị cho Munich. Tiếc quá, tôi không đủ thời gian để ghé New Guinea thăm Kalafi và Tapu cùng hai đứa con gái nhỏ của họ. Chắc ở đó họ đang làm những công việc to lớn với hai mươi lăm nhân viên YWAM, tôi thầm an ủi bản thân.

Darlene và tôi, cùng hai con, đứa bốn tuổi, đứa một tuổi rưỡi, lái xe băng qua những cánh đồng phẳng lì của nông trại rời khỏi xa lộ Munich vào con đường nhỏ dẫn tới toà lâu đài. Chỉ trong vòng một tuần, hàng trăm bạn trẻ từ sáu lục địa đổ về đây. Làng Hurlach hẻo lánh với những ngôi nhà buồn tẻ, vài cửa tiệm nho nhỏ và một ngôi nhà thờ Công giáo màu trắng nay trở nên náo động trong suốt ba tuần.

Các bạn trẻ với những chiếc ba lô, túi ngủ bắt đầu đi tới đi lui trong làng. "Em biết không Darlene?" Tôi quay sang nhà tôi "Hurlach chỉ có một ngàn dân, chúng mình sẽ làm tăng gấp đôi dân số trong vòng một tuần".

Darlene mỉm cười: "Cách đây đúng mười năm anh nói với em rằng mục tiêu của cuộc đời anh là thấy hàng ngàn bạn trẻ tham gia công tác truyền giáo. Họ đây nè!"

Đây quả là một nhận xét thú vị, nhưng chưa đủ để tôi thoả lòng. Chúng tôi đi quá mục tiêu ấy và bây giờ, giấc mơ về hai công vụ song song:

Truyền giáo và thương xót đã được thụ thai, chờ ngày được ra đời.

Chúng tôi lái xe từ từ qua cổng, theo con đường bán nguyệt tới chiếc cổng lớn chạm trổ công phu của lâu đài. Don chắc đang nóng lòng chờ đón chúng tôi. Anh nhảy ra mở cửa xe, tiếp theo anh là Deyon với đứa con gái tóc vàng hai tuổi đẹp như búp bê. "Mời anh chị ra ngay phía sau tòa nhà, chúng tôi có điều này chắc sẽ làm cho anh chị ngạc nhiên.

Kìa, một cái lều bạt có kẻ sọc kiểu rạp xiếc khổng lồ, đứng sừng sững trên mảnh đất giữa lâu đài và hàng rào phía sau. Don cho tôi biết, anh đã gần như muốn bỏ cuộc tìm kiếm vì dường như mọi chiếc lều lớn ở châu Âu đều đã được người ta thuê trước. Nhưng rồi một cuộc khiêu vũ bị hủy bỏ, "...và bây giờ mình đã có đủ chỗ để nhóm họp". Don kết thúc câu chuyện một cách mãn nguyện.

13
MUNICH, MỘT THẾ GIỚI
THU NHỎ

Suốt cả tuần các bạn trẻ từ bốn phương tám hướng đổ về lâu đài. Cả ngàn người, từ năm mươi hai quốc gia và hệ phái khác nhau. Jimmy và Janice đến bằng chiếc xe VW cắm trại dã chiến. Ông bà Dawsons cũng có mặt, Jim trông thật lịch sự, còn Joy với cách ăn nói mạnh dạn sẽ làm một trong những diễn giả cho buổi nhóm trong lều bạt.

Chương trình cho ba tuần lễ thật đơn giản: Hàng ngày, năm trăm người sẽ theo Don Stephen đi làm chứng trên đường Munich, năm trăm người còn lại sẽ ở lại tại lâu đài, học bồi linh, đọc Kinh Thánh, cầu nguyện và nghỉ ngơi. Ngày hôm sau hai nhóm sẽ đổi chỗ cho nhau. Các bạn trẻ dậy từ năm giờ sáng, lấy thực phẩm cho bữa trưa rồi đón xe lửa đi Munich. Họ sẽ không quay trở lại cho đến nửa đêm. Chúng tôi hy vọng sẽ tổ chức cuộc diễu hành trong thành phố và cuối cùng, sau ba tuần lễ sẽ có một buổi hòa nhạc lớn.

Tuy nhiên, ngay từ buổi đầu tiên chúng tôi gặp ngay sự chống đối đáng sợ nhất: Thái độ thờ ơ, dửng dưng của mọi người.

Chúng tôi cảm thấy mình như những vị khách không mời mà đến, không khí trong thành phố ồn ào, náo nhiệt như một lễ hội.

Làm mọi người ngừng cuộc vui chơi để nói về những vấn đề tâm linh không phải là một điều dễ dàng. Thể thao như một thần tượng khổng lồ và ở Thế Vận Hội, nó bắt tất cả thế giới qui phục dưới chân mình dưới chiêu bài: Cuộc thi thố thể thao là câu trả lời cho nhu cầu hòa bình, an ninh và nhân ái giữa người với người. Chính phủ Đức muốn có một Thế Vận Hội thành công tốt đẹp để khoe với thế giới nên nghiêm cấm các cuộc diễu hành và bắt chúng tôi tổ chức buổi hòa nhạc bên ngoài thành phố.

Vậy nên chúng tôi phải thay đổi chiến thuật, chia các bạn trẻ ra thành nhóm nhỏ. Nhóm này thì đi tới trường học, nhóm kia thì ra công viên nơi những thanh niên phe Cộng Sản và những người lang thang không nhà cửa thường tụ tập, những nhóm khác tổ chức những buổi truyền giảng tự phát trong thành phố và tại các sân vận động của Thế Vận Hội. Tại khu nhà của các vận động viên từ, các bạn trẻ làm chứng cho các vận động viên đến Đông Âu. Khi có người nào muốn tìm hiểu sâu hơn, chúng tôi mời họ tới một cửa tiệm lớn, nay được cải biến thành phòng trà để chia sẻ thêm về Chúa Jêsus.

Mặc dầu kết quả đạt được không hề nhỏ nhưng đây thật là một cuộc chiến gay go. Các bạn trẻ làm việc vất vả suốt hai tuần lễ, nhưng trong một bầu không khí vui chơi và tranh đua, thái độ của mọi người đối với Phúc Âm vẫn là cái nhún vai hờ hững.

Đột nhiên tất cả mọi sự đều biến đổi khi thần tượng "tình nhân ái quốc tế thông qua thể thao" bị rạn nứt và sụp đổ.

Sáng thứ ba, ngày năm tháng chín, khi đang nói chuyện trong chiếc lều bạt lớn, tôi để ý thấy sự náo động ở phía sau. Tiếng thì thầm lan truyền xuống từng hàng ghế và những gương mặt trẻ trở nên tái đi, đầy vẻ lo lắng. Cuối cùng một thanh niên mặc quần bò chạy vội lên với một mảnh giấy nhỏ, và trao cho tôi.

Tôi đọc nó trong sự kinh ngạc. Những kẻ khủng bố người Ả rập đã xâm nhập vào khu vực tổ chức Thế Vận Hội, giết hại các vận động viên Do Thái và bắt chín người khác làm con tin. Tôi đọc lớn tiếng bản tin ấy và mọi người bắt đầu cầu nguyện.

Buổi nhóm dừng lại, mọi người chia ra thành những nhóm nhỏ, cầu xin Chúa can thiệp, đem lại sự tốt lành từ những tai ương này. Sau này, tôi biết thêm rằng năm trăm tình nguyện viên trong thành phố cùng với Don cũng làm như vậy. Họ quỳ xuống cầu nguyện ngay trong khi cảnh sát đang bao vây những kẻ khủng bố, và có người khác quỳ gối ngay trên vỉa hè khu trung tâm hay trong những phòng trà nơi chúng tôi tiếp đón những người muốn tìm hiểu thêm về Chúa. Ai nấy đều nín thở chờ đợi cùng với tất cả mọi người trên thế giới.

Đột nhiên bi kịch được kết thúc với tính mạng của chín người Do Thái, năm người Ả Rập và một người Đức.

Chỉ trong vòng một đêm, không khí hội hè của Thế Vận Hội trở nên như một đám tang. Mọi người đi lại trên đường phố với nét mặt ủ rũ. Họ bắt đầu chấp nhận sự hiện diện của chúng tôi như những đặc phái viên của hy vọng. Chúng tôi khóc cùng với những người đang than khóc và chỉ cho họ thấy chính Chúa Jêsus mới là câu trả lời trong những tai họa như vậy. Và tấm lòng của họ bắt đầu mở ra: Ngay trong ngày đầu tiên của cuộc khủng bố, một thiếu nữ truyền giáo người Do Thái đã hướng dẫn một cô gái người Ả Rập tiếp nhận Chúa Jêsus.

Darlene và tôi không thể trở lại Hurlach nữa, chúng tôi phải đến Munich ngay để tiếp tay với các bạn trẻ. Chúng tôi đến khu vực dành cho biểu diễn nghệ thuật của Thế Vận Hội, ca hát, truyền giảng và mời gọi mọi người đến với Chúa. Mọi người lần lượt kéo đến và ngồi xuống sân khấu ngoài trời để nghe chúng tôi. Sau khi kết thúc, một cô gái xinh đẹp người Đức khoảng hai mươi tuổi đến gần và hỏi: " Có phải anh chị là Những Người của Chúa Jêsus không?"

Cả Darlene và tôi đều thốt lên một lượt: "Phải đấy". Dáng vẻ vô cùng tha thiết hiện lên trên nét mặt cô gái.

"Thưa, em không phải là Người của Chúa Jêsus nhưng em muốn trở thành như anh chị". Chúng tôi đưa cô đến phòng trà và giới thiệu cô cho Don, là người thông thạo tiếng Đức. Anh biết được cô gái này đang đi lang thang khắp châu Âu để tìm kiếm ý nghĩa cuộc đời. Và đêm hôm ấy cô đã tìm thấy nó. Đưa tay lên dụi mắt, cô tuyên bố: "Bây giờ em đã biết Chúa, em cũng đã trở nên Người của Chúa Jêsus".

Sau thảm kịch xảy ra cho các vận động viên người Do Thái, chính quyền Munich bắt đầu thay đổi thái độ đối với chúng tôi. Một viên cảnh sát tâm sự với Don, "Sự hiện diện của những tín hữu Cơ Đốc là những gì tốt đẹp duy nhất xảy ra trong ba tuần lễ vừa qua". Bây giờ họ cho phép chúng tôi diễu hành trong nội thành. Hơn nữa họ còn ủng hộ hàng ngàn bông hoa từ các công viên để chúng tôi phân phát cho mọi người trên các đường phố. Một ngàn người ra đi trong sự thông cảm với những nạn nhân.

Bằng chiếc máy in đặt trong nhà xe ở tòa lâu đài, chúng tôi đã cho ra mười ngàn tờ báo. Trên trang đầu tiên có hình hai cô gái người Do Thái và người Ả Rập trong hội YWAM đứng siết chặt tay nhau, tuyên bố rằng chỉ có Chúa Jêsus là câu trả lời chân chính cho tình nhân ái quốc tế. Người ta tranh nhau giành giật những tờ báo trên tay chúng tôi.

Ba tuần lễ Thế Vận Hội kết thúc với thảm kịch mà thành phố Munich sẽ không bao giờ quên. Ba tuần lễ truyền giáo của chúng tôi cũng đã kết thúc. Chúng tôi có cơ hội sẻ chia nỗi buồn của nhân loại, đồng thời cảm thấy đây là bước ngoặc trong cuộc đời của nhiều người.

Nhờ sự quyên góp rời rộng của các bạn trẻ, chúng tôi đã có đủ tiền để mua tòa lâu đài. Bây giờ chúng tôi còn có một tòa lâu đài đẹp để tiếp tục công tác truyền giáo ở nước Đức. Trước khi chiếc lều bạt được hạ xuống chúng tôi còn tổ chức một đợt quyên góp nữa. Mỗi người có thể đến bỏ tiền vào một cái giỏ hay lấy tiền từ cái giỏ đó tùy theo sự dẫn dắt của Chúa. Nhiều tình nguyện viên cần mua vé máy bay để bay đến một trong hai mươi địa điểm truyền giáo của hội YWAM trên khắp thế giới. Một số người khác sẽ đến học ở một trong ba trường huấn luyện đã mọc lên sau trường thí điểm ở Lausanne, Thụy Sĩ. Trong hầu hết trường hợp, họ phải tốn thêm chi phí để gọi điện thoại đường dài về nhà ở bên kia Đại Tây Dương hay Thái Bình Dương để thảo luận với cha mẹ mình. Chúng tôi luôn nhấn mạnh tầm quan trọng về việc gìn liên lạc và thông tin với phụ huynh và hội thánh ở nhà.

Sự kết thúc của Thế Vận Hội cho phép tôi chuyển sự qua tâm qua vấn đề mua tàu thủy. Tôi cần sự dẫn dắt đặc biệt của Chúa. Trong đầu tôi hình dung được tầm vóc của chiếc tàu mà chúng tôi cần: Nó sẽ dài khoảng 150m, đủ chỗ sinh hoạt cho vài trăm người, lại có phòng lớn để huấn luyện. Có khoang chứa hàng đủ lớn cho vật liệu cứu tế cho các nạn nhân. Chúng tôi sẽ có những đội y tá, bác sĩ theo tàu và hàng trăm bạn trẻ đi tỏa ra khắp nơi khi tàu cập bến để công bố Tin Lành. Chúng tôi sẽ sơn chiếc tàu màu trắng, biểu thị sự thánh khiết của Chúa.

Khi một người thứ ba bắt đầu nói cho tôi biết về một chiếc tàu chở khách lớn tên là Maori đang được rao bán, tôi bắt đầu để ý đến nó.

Tháng tư năm 1973, mười ba tháng sau khi Chúa cho tôi biết về thời điểm tiến hành việc mua tàu, tôi bay tới New Zealand để xem chiếc Maori. Lúc đó chúng tôi đã tìm được thuyền trưởng và những thủy thủ chuyên nghiệp, họ đang được huấn luyện thuộc linh trong trường của chúng tôi ở Lausanne. Chiếc máy bay chở tôi lượn vòng tròn trên thành phố Wellington, chuẩn bị hạ cánh xuống phi trường. Thành phố này nằm trên những ngọn đồi, bao bọc xung quanh vịnh nước, làm cho tôi nhớ đến thành phố San Francisco ở Mỹ.

Ngay dưới bụng máy bay tôi thấy một chiếc tàu mà tôi chắc chắn đó là chiếc Maori. Nó trông giống chiếc tàu mà bạn bè tôi đã miêu tả, màu đen với boong màu trắng, ống khói màu da cam và xanh thẳm. Nhìn nó nằm một cách kiêu hãnh bên bến tàu, tôi thầm nghĩ: "Mình đang nhìn xuống vận mệnh của hội YWAM".

Một đại diện của Hãng Tàu Hiệp Nhất dẫn tôi và người lãnh đạo YWAM ở New Zealand bước lên chiếc Maori. Đây quả là một chiếc tàu vừa ý, có ba tầng trên và ba tầng dưới, đủ chỗ cho chín trăm hai mươi người, một tầng chứa xe có đủ chỗ chở một trăm hai mươi chiếc xe hơi hoặc rất nhiều hàng hoá. Trên đó có một tiệm ăn, một phòng khách lớn và phòng y tế nữa. Trong một tích tắc, tôi biết ngay đây là chiếc tàu mà mình mong đợi bấy lâu nay. Chúng tôi rời chiếc Maori, để nó nằm lại một cách kiêu hãnh bên cạnh trụ neo.

Mặc dầu đã thấy nhiều đèn xanh bật lên từ nhiều hướng về việc tiến hành chuyện mua tàu, tôi không ngờ mình đang bước vào một trong những sai lầm đáng tiếc nhất khi tìm kiếm lời Chúa. Thật mỉa mai thay, sự sai lầm ấy lại đến trong khi cuộc phiêu lưu theo sự chỉ dẫn của Chúa, ở thời điểm mà tất cả mọi sự đang diễn ra một cách tốt đẹp nhất.

14
NGƯỜI ĐỨNG TRONG BÓNG TỐI

Thực ra tôi không hề để ý nhiều đến vấn đề tiền bạc. Darlene và tôi cùng hai đứa con nhỏ, Karen lên năm và David lên hai vẫn còn sống trong bốn căn buồng nhỏ của khách sạn Golf ở Lausanne. Điều mà tôi quan tâm nhất là sự dẫn dắt của Chúa qua tiền bạc và hình như Ngài đang đưa chúng tôi đến việc mua tàu một các nhanh chóng. Bốn tháng sau khi xem chiếc tàu Maori, tôi cử Wally Wenge đi New Zealand để thỏa thuận với công ty tàu thủy Hiệp Nhất để mua nó. Chúng tôi đồng ý đặt cọc bảy mươi hai ngàn đô-la vào ngày bốn tháng chín năm 1973 và trả phần còn lại trong vòng ba mươi ngày sau đó.

Những sự kiện tiếp theo thật đáng khích lệ. Có một doanh nhân Anh Quốc được Chúa cảm động ủng hộ hội YWAM. Số tiền ông gởi đến vượt quá số tiền người ta yêu cầu đặt cọc. Wally Wenge gọi điện cho biết rằng báo chí ở New Zealand đang rầm rộ thông tin về chuyện những giáo sĩ trẻ cho rằng mình được Chúa phán mua một chiếc tàu thủy. Chiếc Maori đã từng phục vụ ở New Zealand nhiều năm và trở nên nổi tiếng. Nhiều người quan tâm đến câu chuyện và chẳng bao lâu tất cả người dân xứ này đều biết đến kế hoạch của chúng tôi.

Chúng tôi cảm thấy tự tin. Điều đó cũng dễ hiểu khi chúng tôi trải qua một số kinh nghiệm trong quá khứ như việc mua bán khách sạn Golf, hay lâu đài ở Hurlach. Khi được phỏng vấn, chúng tôi còn thêm những chi tiết như: Chúa không những chỉ phán mua tàu, Ngài còn cung ứng tiền bạc nữa. Các biên tập viên thích lắm. Một tờ báo đăng dòng chữ lớn trên trang đầu tiên: "Những Thanh Niên Nói: Chúa Sẽ Cho Chúng Tôi Một Con Tàu!" Chúng tôi còn tuyên bố rằng còn ba mươi ngày nữa, khi phần tiền còn lại đã trả xong, con tàu sẽ rời bến từ New Zealand đi Mỹ. Nó sẽ đến Cali khoảng giữa tháng mười, sau đó hai tháng. Tâm hồn tôi bay bổng như diều gặp gió. Ngày nào chúng tôi cũng có tin vui, nếu không là sự ủng hộ tài chánh thì cũng là sự ủng hộ công sức: Một hãng kia hứa sẽ sơn lại con tàu màu trắng, một chuyên viên trang trí nội thất cho khách sạn nổi "Nữ hoàng Elizabeth Đệ Nhị" sẽ giúp chúng tôi sửa sang lại tàu Maori. Nhiều nông trại hứa tặng ngũ cốc và thịt cho công tác thương xót. Điều quan trọng nhất là một nhà kinh doanh từ Manila hứa sẽ trả phần còn lại khi ông chuyển được tiền ra khỏi Philippines.

Mọi việc xảy ra một cách nhanh chóng.

Công việc hành chánh trở nên quá bận rộn. Một ngày kia tôi thấy cần phải đi chậm lại một chút. Tôi cần phải bỏ ra một tuần để tương giao với Chúa, kiêng ăn và cầu nguyện.

Mọi sự thay đổi trong vòng một tuần.

Tôi ngồi yên lặng với cuốn Kinh Thánh mở ra trước mặt. Đột nhiên những câu 26-27 trong chương 12 của sách Hê-bơ-rơ nổi bật lên trang giấy: "Còn một lần nữa, Ta sẽ không những làm rúng động đất thôi, mà còn làm rúng động cả trời nữa... để những vật không hề rung chuyển được tồn tại".

Dường như một tảng đá lớn vừa rơi xuống ngực tôi. "Không, không đâu, tôi hy vọng câu Kinh Thánh này chẳng động đến con tàu!"

Ngày hôm sau, tôi gọi điện đến văn phòng YWAM ở Cali. Jim Dawson nay đã trở nên phụ tá hành chánh sau khi vợ chồng ông tham gia công tác trọn thời gian với chúng tôi.

"Có gì thêm cho việc mua tàu không?" Tôi hỏi Jim với một nỗi quan tâm không nhỏ.

"Chẳng có thêm một chút gì cả".

"Có tin tức gì thêm về nhà kinh doanh ở Manila không?"

Jim báo cáo là chưa có tin tức gì từ Philippines. Kỳ lạ thật. Tôi ngạc nhiên và bối rối. Chúng tôi nghĩ mọi việc sẽ tiếp tục một cách tự nhiên. Những dòng chữ trong sách Hê-bơ-rơ thật có uy quyền, có thể chúng ám chỉ đến chiếc tàu thủy.

Trong những ngày còn lại trong tuần tôi phải vật lộn với linh tính có chuyện không hay sắp xảy ra nhưng chẳng có gì sáng tỏ. Có lẽ tôi sẽ biết rõ thêm khi gặp gỡ với chín mươi ba người lãnh đạo của YWAM ở Osaka, Nhật Bản trong tuần tới. Chúng tôi thường nghe được tiếng Chúa phán khi nhóm lại cùng với nhau.

Hai tuần trước thời hạn nộp tiền cuối cùng, tôi chia tay nhà tôi để lên đường đi Osaka.

Ngồi trên máy bay, tôi nghĩ đến tầm quan trọng của cuộc họp hội đồng lãnh đạo hàng năm đối với YWAM. Mười ba năm kể từ ngày bắt đầu, hiện nay chúng tôi đã có được hai trăm giáo sĩ đến từ mười lăm quốc gia, làm việc ở các trung tâm truyền giáo cách xa nhau. Mỗi trung tâm tự lo liệu về tài chánh và hoàn toàn tự chủ trong công việc của mình. Chúng tôi liên hệ với nhau bởi cùng chia sẻ một tâm tình và khải tượng truyền giáo. Với cách tổ chức phân tán hành chánh linh động như vậy, hội YWAM rất cần những cuộc họp mặt hàng năm như Osaka lần này. Mối quan hệ gần gũi của chúng tôi như một chất keo gìn giữ sự hiệp một giữa các thành viên.

Nếu quả lời Chúa trong sách Hê-bơ-rơ đề cập đến chiếc tàu Maori, tôi sẽ rơi vào tình trạng khó khăn. Những người bạn thân của tôi cũng sẽ ở đó, Don Stephen, vợ chồng Jim và Joy Dawson, vợ chồng em gái tôi là Jimmy và Janice, vợ chồng Kalafi và Tapu cùng hàng chục người khác. Tôi run sợ trước ý nghĩ phải gặp họ và tuyên bố rằng chiếc tàu thủy thuỷ đang lâm vào thế tiến thoái lưỡng nan.

Tôi hy vọng rằng đoạn Kinh Thánh đó không dính dáng đến chiếc tàu của chúng tôi và từng chút một, sự tin cậy bắt đầu quay trở lại. Khi máy bay dừng lại ở Seoul, tôi gọi điện cho Wally, người phụ tá ở New Zealand. Giọng anh có vẻ chắc chắn, một trăm mười tình nguyện viên và nhân viên hàng hải từ mười quốc gia đang làm việc một cách nặng nhọc nhưng hào hứng để tu sửa, dọn dẹp, đánh bóng từ đầu tàu cho đến đuôi tàu. Tốt quá. Tôi thở phào nhẹ nhõm.

Cũng chính cảm giác tự tin này là nguyên nhân khiến tâm hồn tôi càng thêm tan vỡ trước sự kiện kỳ lạ sắp sửa diễn ra.

Ngày hôm sau, trong căn phòng của khách sạn ở Seoul, tôi đang nằm trên chiếc sạp và cầu nguyện. Ba ngày nữa là tôi sẽ bay tới Osaka, và mười ngày nữa là hết hạn trả tiền mua tàu. Tôi bắt đầu dùng lý trí buộc đầu óc phải yên lặng, tập trung vào Chúa Jêsus, đầu phục, thờ phượng Ngài và chuẩn bị tấm lòng sẵn sàng để Đức Thánh Linh có thể phán bất cứ việc gì vào tâm trí mình.

Đột nhiên một khải tượng hiện ra trước mắt tôi, khải tượng này hoàn toàn không giống như những làn sóng mà tôi thấy mười bảy năm về trước. Lần này, những gì thấy được làm tôi run sợ...

Tôi thấy mình đang đứng trước một đám đông những người lãnh đạo của hội YWAM và tuyên bố một cách hơn hở: "Chúng ta đã có chiếc tàu, Chúa đã chu cấp tiền cho chúng ta mua chiếc tàu Maori". Cả đám đông vung tay dậm chân, reo hò nhiệt liệt. Đột nhiên tôi thấy một bóng người đứng bên trái tôi, chẳng được ai để ý. Tôi nhìn kỹ hơn và thấy anh ta có một nét mặt buồn rầu. Rồi một luồng điện chạy xuyên qua lương tâm tôi. Người ấy chính là Chúa

Jêsus. Chúng tôi đã phớt lờ Ngài. Chúng tôi đang tung hô một chiếc tàu thủy và quên bẵng đi Chúa Jêsus.

Tôi giấu mặt vào chiếc gối, nhưng khải tượng vẫn còn đó. "Chúa ơi, Chúa ơi, xin Chúa tha thứ tội lỗi cho con. Con đã tập trung ngắm nhìn chiếc tàu mà rời mắt mình khỏi Chúa. Chúng con không muốn lấy đi sự vinh hiển của Ngài và trao nó cho đống sắt kia!"

Tôi khóc cho đến khi cảm thấy Chúa đã nghe và tha thứ cho tôi. Tuy nhiên tôi biết mình không phải là người duy nhất cần phải nhận sự cáo trách này. Tôi sẽ còn truyền lại một sứ điệp quan trọng cho những người lãnh đạo hội đồng Osaka trong ngày thứ hai tuần tới. Chúng tôi sẽ phải giải quyết vấn đề giữa mình với Chúa trước khi bắt tay bàn những chuyện khác.

Tôi gắng gượng bước xuống phi trường Osaka với nụ cười trên môi. Kalafi và Tapu ra đón tôi. Dáng người Kalafi vẫn như trước mặc dầu hơi mập hơn một chút. Tapu thấp hơn anh vài phân, với gương mặt xinh xắn, mái tóc đen huyền xoăn xoăn và nụ cười e lệ. Họ đẩy tôi vào xe hơi, đồng thời xin lỗi về sự sơ sài của một khách sạn mà họ tìm được để làm địa điểm cho hội đồng. "Không sang trọng như khách sạn Ritz đâu anh ạ!" Kalafi nói.

Trên đường đi, chúng tôi tâm sự về công tác mà họ đang lãnh đạo ở Nhật Bản. Kalafi không còn hồn nhiên như cậu thiếu niên mười tám tuổi tôi gặp sáu năm về trước. Phải chăng tôi đang lầm hay những năm tháng trong chức vụ đã khiến anh như vậy. Khi Kalafi hào hứng kể cho tôi nghe về công việc truyền giáo trong các trường đại học, tôi cố gắng xua đi những nhận xét đầu tiên về anh.

Xe chúng tôi dừng lại trước một khách sạn hai tầng ở Otsu, ngoại ô thành phố Osaka. Tất cả bạn bè trong hội chạy ra đón chúng tôi, ai nấy đều trong tâm trạng vui vẻ, mừng rỡ. Còn tôi, tôi cố gắng giấu đi điều đau đớn bí ẩn trong lòng.

Bà chủ khách sạn trao cho tôi một đôi dép nhựa cứng, chiếc

khăn mặt và tấm vải trải giường rồi đưa tôi lên phòng trên. Sau khi trải qua loa tấm vải, tôi ném người xuống giường, tấm lòng trống trải chẳng hào hứng gì về buổi nhóm đầu tiên chiều hôm ấy.

Mấy hàng ghế xếp hình bán nguyệt đang chờ chúng tôi ngồi xuống trong căn phòng trống trải trên tầng hai. "Càng tốt, ở đây chẳng có gì làm xao lãng việc tập trung của mọi người", tôi tự nhủ.

Mọi cặp mắt đổ dồn về phía tôi, mong chờ những tin tức mới nhất về chiếc tàu.

Thay vào đó tôi kể cho mọi người nghe về khải tượng mình vừa nhận được trong những ngày qua: Chúa Jêsus đứng lủi thủi một mình trong bóng tối trong khi chúng tôi hoan hô một đống sắt kia.

Bài nói chuyện thật đơn giản. Vâng, Chúa đã phán cho chúng tôi mua tàu, Ngài khẳng định ý muốn của Ngài liên tục và bằng mọi phương pháp lắng nghe tiếng Chúa mà chúng tôi biết được. Ngài sử dụng nguyên tắc "Ba Nhà Thông Thái"; Ngài sử dụng các phân đoạn Kinh Thánh nổi bật lên từ trang giấy; Ngài sử dụng sự cung ứng tiền bạc và nhân lực để dẫn dắt chúng tôi; và quan trọng nhất là sự tin cậy chắc chắn không ai có thể giải thích được trong tâm linh chúng tôi. Tuy nhiên chúng tôi thất bại trong cách tuân theo sự dẫn dắt của Ngài, vô tình tập trung để ý tới món quà hơn là Đấng ban cho quà.

Giống như tôi trên chiếc sạp ở Seoul cách đây ba ngày, mọi người sững sờ, kinh ngạc và xấu hổ. Một số quỳ gối xuống, một số nằm sấp xuống mặt sàn nhà và chẳng bao lâu tất cả đều khóc, những người đàn ông, đàn bà dũng cảm trong Công tác truyền giáo nay khóc nức nở như trẻ con trước mặt Chúa. Suốt sáu ngày nhóm lại, không phải để chúng tôi vui mừng vì sắp mua được tàu, nhưng để xưng ra những giai đoạn mình không đặt để Chúa lên hàng đầu trong cuộc sống hoặc ăn cắp sự vinh hiển của Chú. Sự xưng nhận tội cứ diễn ra hết ngày này qua ngày kia. Ka-la-fi đứng dậy với nét mặt rầu rĩ cho biết vợ chồng mình đang gặp khó khăn. "Ủa, Ka-la-fi và Ta-pu đang gặp khó khăn sao?" Tôi ngạc nhiên thầm hỏi. Ka-la-fi chẳng nói nhiều về chi tiết cũng như mức độ nghiêm trọng của vấn đề. Bản thân tôi trong lúc bối rối cũng không có dịp gần gũi anh hơn để giúp đỡ.

Hàng ngày, chúng tôi đến họp với hy vọng Chúa sẽ cất đi gánh nặng mặc cảm tội lỗi trong lòng, và hàng ngày tôi nhận ra thêm những lãnh vực cần được thanh tẩy. Sự thánh khiết của Chúa hiện diện một cách rõ ràng trong căn phòng đơn sơ. Từ thiếu sót cá nhân chúng tôi bắt đầu hiện lên những thiếu sót tập thể mà tội lớn nhất là kiêu ngạo. Thật đáng sợ khi chúng tôi nghĩ rằng YWAM đã trở nên "công cụ được Chúa ưa chuộng", rằng mình thuộc linh nhất" trong các hội truyền giáo, rằng mình đã học được nhiều bài học về đức tin" hơn những người khác, mình đã nắm bắt được "bí quyết của sự ban cho". Chúng tôi tự giải phẫu tấm lòng và tự thấy ghê tởm bản thân. Lần đầu tiên tôi hình dung được ngày Phán Xét Cuối Cùng của Chúa sẽ khủng khiếp như thế nào.

Chẳng có gì để làm hơn là buông mình trong sự thương xót của Chúa. Trong ngày thứ bảy, khi đang cùng nhau nhẹ nhàng hát ca ngợi Chúa, một cảm giác đặc biệt đột nhiên tràn ngập trong tâm hồn chúng tôi. Linh tính cho chúng tôi biết rằng Chúa đang đi vào phòng họp sơ sài trên tầng hai của khách sạn ngoại ô Ōsaka. Chúa đã thanh tẩy và tha thứ tội lỗi của con cái Ngài. Sau giây phút vui mừng, tôi nghĩ rằng Chúa sẽ phán điều gì đó về chiếc tàu. Tôi chẳng biết mình còn phải làm thêm điều gì ngoài hy vọng rằng sự ăn năn đúng thời điểm và đặt sự ưu tiên của Chúa lên trên phương tiện làm việc sẽ khiến Chúa đưa chúng tôi ra khỏi cảnh dậm chân tại chỗ và ban chiếc tàu cho hội.

Nhưng chẳng có điều gì xảy ra như tôi mong đợi. Thời hạn nộp tiền cho chiếc tàu cuối cùng đã đến. Tôi gọi điện cho Wally ở New

Zeadland để báo cho anh biết chuyện xảy ra trong hội đồng lãnh đạo. Wally cũng sửng sốt như chúng tôi vậy. Tôi hỏi Wally xem anh có thể xin chủ tàu gia hạn thêm được không. Anh gọi điện lại báo cho họ biết, họ đồng ý gia hạn thêm bốn tuần nữa với điều kiện là tất cả mọi người là tình nguyện viên và thủy thủ phải ngưng công việc và rời khỏi tàu. Một nửa nhân viên đã về nhà còn nửa kia tiếp tục chờ đợi và được sắp xếp nơi ăn chốn ở tạm thời trong vòng các tín hữu ở Wellington.

"Hay là mình sẽ mượn tiền Loren? Có ba người đã đồng ý cho hội mượn tiền mua tàu". Wally mạo hiểm đề nghị nhưng giọng anh thiếu vẻ tự tin. Cả hai chúng tôi đều biết rằng mượn tiền trong thời điểm này không phải là một quyết định đúng đắn.

Mọi người rời O-sa-ka trở về với trách nhiệm của mình ở các địa bàn truyền giáo khắp bốn phương của quả địa cầu. Tôi bay đến Cali, Mỹ, nơi vợ tôi cũng đã bay đến từ Thụy Sĩ và sẽ đón chiếc tàu Maori. Nghe kể về những chuyện đã xảy ra ở Osaka, Darlene đứng lặng người.

Vợ chồng tôi ngồi xuống và dành rất nhiều thời gian để cầu nguyện. Một câu hỏi cũ bắt đầu lảng vảng trong đầu tôi: "Phải chăng đó là Ngài, thưa Chúa?" Vì sao Chúa không phục hồi công việc mua tàu thủy của chúng tôi. Có lẽ Ngài sẽ ra tay khi đến gần thời hạn trả tiền lần tới, sau ba tuần, vào ngày hai tháng mười một. "Ôi Chúa ơi, xin Ngài giúp chúng con biết Công việc Ngài đang làm", Darlene tha thiết cầu nguyện.

Ít ra, lời cầu nguyện ấy cũng được trả lời ngay. Vài ngày sau, một người có mặt trong hội nghị ở Osaka gọi điện tới cho chúng tôi.

"Loren", Joy Dawson tâm sự: "Tôi đang đọc câu chuyện Chúa Jêsus và La-xa-rơ. Ngài chọn không chữa lành La-xa-rơ nhưng đợi đến khi bạn mình chết hẳn mới làm cho ông sống lại. Trong trường hợp này việc làm cho sống lại mang đến nhiều vinh hiển hơn sự chữa lành đúng không?"

Tôi cảm thấy khó thở. "Loren, tôi tin rằng Chúa đang đặt YWAM trước một sự lựa chọn. Công việc mua tàu thủy có thể được cphục hồi. Nhưng Ngài sẽ được vinh hiển lớn hơn nếu chúng ta cho phép giấc mơ chết đi và để Chúa làm nó sống lại. Tuy nhiên, điều khó nuốt nhất là chiếc Maori chết đi, một phần của chúng ta cũng sẽ chết theo, đó là danh dự của hội. Bản thân tôi và phần nhỏ bé của mình trong hội, tôi sẵn sàng tiếp nhận khả năng thứ hai".

Tôi nhận biết chắc chắn rằng Joy đang nói lẽ thật và điều đó chế ngự tâm trí tôi. Tôi biết ngay mình phải lựa chọn điều gì. Sau khi treo máy điện thoại lên, tôi cầu nguyện thêm để xác nhận ý muốn của Chúa. Quả thật, Chúa đang ban một cơ hội dâng lên Ngài sự vinh hiển lớn hơn khi chúng tôi cho phép giấc mơ mình chết đi.

Trước hết các chương trình dự định của chiếc tàu Maori phải chết đi, và danh dự của chúng tôi cũng sẽ chết theo với nó. Nhớ lại những dòng chữ ở trang đầu tiên trên báo chí ở New Zealand, đặc biệt là những lời tuyên bố tự tin, rằng Chúa sẽ ban cho YWAM một chiếc tàu, tôi biết mình phải xin lỗi các đọc giả ở New Zealand. Nhưng những người đặt niềm tin nơi Chúa có thể bị tổn thương. Họ có thể nghi ngờ việc Đức Chúa Trời thực sự phán bảo và cung ứng cho công việc của Con cái Ngài.

Tôi ngồi xuống và viết một bức thư cho các tòa soạn báo. Bức thư đó đã được đăng ra, nói rằng Chúa đã dẫn dắt chúng tôi tới việc mua tàu nhưng chúng tôi đã phạm sai lầm, dành nhiều danh dự cho chiếc tàu hơn là cho Chúa. Ngay lập tức có sự phản ứng, hầu hết mang tính thù nghịch, đặc biệt trong vòng những người cho rằng chúng tôi làm những chuyện hồ đồ ngay từ buổi đầu tiên.

Tôi biết nói gì bây giờ. Kể từ khi tôi đọc đoạn Kinh Thánh cách đây bốn tuần về việc Chúa sẽ "làm cho rúng động tất cả những gì có thể làm rúng động", không có một đồng xu nào được gởi đến thêm cho quỹ mua tàu (hoàn toàn trái ngược với sáu tháng trước đó). Không một sự hứa hẹn, không một người tình nguyện. Và chính phủ Philippine cũng từ chối cho phép người bạn của chúng tôi chuyển tiền ra nước ngoài. Tất cả những điều này xảy ra cùng một lúc trong khi chưa ai biết được về những thay đổi. Dường như vòi nước đã bị khóa lại và chỉ có Chúa mới có thể làm được điều đó.

Những người chủ công ty Tàu Thủy Hiệp Nhất đã rộng lòng gia hạn trả tiền cho chúng tôi từng tuần một. Chúng tôi nhận lời bởi không biết Chúa sẽ làm cho giấc mơ sống lại bằng cách nào. Tuy nhiên những ngày cuối cùng đến gần, chúng tôi cảm thấy mình như người đang tuyệt vọng nhìn người thân hấp hối trong căn bệnh hiểm nghèo không phương cứu chữa.

Tệ hơn, chúng tôi còn có chín mươi học viên đã đến tập trung trong cơ sở tạm trú của YWAM ở Los Angeles, chờ ngày khai giảng lớp huấn luyện trên tàu. Tôi phải gọi điện báo cho họ biết tình hình và đề nghị họ đến Hawaii để tham gia một khóa học khác cùng chúng tôi.

Vài tuần sau gia đình tôi rời phi trường Los Angeles đi Hawaii với tấm lòng nặng nề. Rồi từ phi trường Honolulu chúng tôi lái xe đi dọc theo xa lộ Pali. Quang cảnh ở Hawaii vẫn không hề thay đổi, tia nắng mặt trời vẫn ấm áp, làn nước biển vẫn trong xanh bao bọc xung quanh đỉnh Diamond và những rặng cây mận với những chùm hoa màu vàng, màu trắng, màu hồng vẫn tươi mát. Tuy nhiên, trước đây tôi đến Hawaii trong sự náo nức về những kinh nghiệm học hỏi được ở New Zealand, về tuần trăng mật lần thứ hai cùng với Darlene sau những ngày xa cách, và cùng nhau bàn bạc về một trường huấn luyện hoàn toàn khác biệt so với tất cả các kiểu trường mà chúng tôi được biết.

Lần này tôi đến Hawaii trong sự chờ đợi.

Chúng tôi rời xa lộ để rẽ vào một khu cắm trại dã ngoại ở Kaneohe, phía bên kia hòn đảo Honolulu. Một số nhân viên YWAM đã chọn địa điểm này làm nơi ăn chốn ở và học hành một cách tạm thời. Bên cạnh bãi đậu xe là nhà bếp, phòng ăn đồng thời là phòng họp. Cuối bãi đậu xe có một máy điện thoại công cộng treo trên một chiếc cọc, có lồng kính nhựa để che mưa. Tôi biết rằng đây là máy điện thoại duy nhất trong khu cắm trại và mình sẽ bỏ nhiều thời gian ra đây đứng trong khi hội mò mẫm tìm đường ra khỏi mớ hỗn độn mà chiếc tàu Maori để lại.

Gia đình tôi dắt nhau đi đến những ngôi nhà nhỏ bằng gỗ, với những bức tường xây lửng được bao bọc bằng tấm lưới ở phần trên. Trong nhà không có buồng nhỏ, nhà vệ sinh hay vòi nước. Mọi người phải sử dụng buồng tắm công cộng ở một tòa nhà riêng...

Nhưng ở khu cắm trại dã chiến này chúng tôi sẽ nhận được từ Chúa một sự dẫn dắt kỳ lạ nhất mà chúng tôi kinh nghiệm được cho đến ngày hôm nay.

15

BA BƯỚC LẮNG NGHE
TIẾNG CHÚA

Chúng tôi chẳng có được một gợi ý nào về sự dẫn dắt trong chương trình kế tiếp của Chúa. Dường như chúng tôi chỉ biết yên lặng chờ đợi. Chiếc tàu đã chết, danh dự của YWAM đã bị thương tổn nghiêm trọng. Nhưng điều làm cho Darlene và tôi bất an nhất là thiếu sự dẫn dắt của Chúa một cách rõ ràng.

"Chúng mình đang vâng lời Ngài, phải không anh?" Darlene hỏi tôi trong khi tôi càu nhàu mở va-li lấy đồ ra. "Vâng lời à, anh cũng nghĩ như vậy. Chúng mình hãy lắng nghe, chắc chắn Chúa sẽ chỉ cho chúng ta biết việc Ngài đang làm".

Căn nhà của chúng tôi nhỏ xíu, chỉ đủ đặt hai chiếc giường tầng. Darlene cố gắng sắp xếp để tạo ra một không khí ấm cúng. Trước hết, nhà tôi căng tấm vải trên sợi dây phơi quần áo để tạo ra một buồng nhỏ rồi đặt chiếc cặp của tôi xuống và tuyên bố: "Đây là phòng làm việc của anh". Tất nhiên, Darlene cũng không quên đem ra thìa đĩa mà các cháu quen dùng, mấy tấm hình của ông bà, chú bác và họ hàng của chúng. Căn nhà của chúng tôi chẳng khác nào chiếc lều với vài thùng giấy làm bàn ghế của cha mẹ tôi khi họ đi tiên phong truyền giáo ở Somerton, vùng Arizona.

Cả chín mươi hai sinh viên tập trung ở Cali chờ khóa học trên tàu Maori đều đến Hawaii sau chúng tôi. Thật cảm động em gái tôi cũng đến. Khi mọi người tập trung trong bàn ăn, tôi giải thích cho mọi người về hoàn cảnh khó khăn của YWAM. Mọi người cùng cầu nguyện xin Chúa ban cho sự dẫn dắt và trông đợi Ngài một cách khẩn thiết. Trong những ngày tiếp theo tôi phải bỏ ra rất nhiều thời gian đứng bên cạnh chiếc máy điện thoại treo trên cây cột sát bãi đậu xe để giải quyết vụ tàu Maori. Walli cho biết rằng công ty Tàu Thủy Hiệp Nhất gia hạn hạn chót cho chúng tôi thêm từng ngày một.

Những cơn giông tháng mười một bắt đầu nổi lên, gió thổi nước mưa bay xuyên qua những tấm lưới che phần trên của tường nhà. Chẳng bao lâu, chúng tôi bị giam chân trong khu cắm trại dã ngoại đầy sình lầy. Khi tôi hỏi Chúa phải chăng chúng tôi đang làm những công việc Ngài muốn, Chúa chỉ nói: "Phải, sự chờ đợi chẳng phải kéo dài mãi mãi đâu". Nhiều ngày nữa trôi qua, phương hướng đường lối của Chúa vẫn không hề sáng tỏ.

Tình thế xoay chuyển trong một đêm kỳ diệu nọ, khi tôi mời ba nhân viên trong trường: Reona Peterson và vợ chồng Jimmy và Jannie thức qua đêm để cầu nguyện. Nhà tôi ở lại nhà để trông các cháu. Bốn chúng tôi bước vô căn nhà gỗ nhỏ lúc mười giờ đêm và quỳ gối xuống bên cạnh những chiếc ghế xếp. Chúng tôi theo nguyên tắc Ba Bước Lắng Nghe Tiếng Chúa phán mà ông bà Jimmy và Joy Dawson đã dạy ở New Zealand. Trước hết dùng uy quyền của Chúa Jêsus buộc ma quỷ phải im lặng. Tiếp theo xin Chúa khiến đầu óc mình trở nên trong sạch khỏi những ý nghĩ vấn vương trong đầu. Sau cùng chúng tôi yên lặng chờ đợi, tin cậy Chúa sẽ phán cho chúng tôi bằng bất cứ phương cách và thời điểm nào Ngài muốn.

Một vài luồng gió mát thổi từ biển và tiếng kêu mấy con thạch sùng như muốn phá tan sự yên tĩnh trong khi chúng tôi kiên nhẫn chờ đợi Chúa phán trong tâm trí mình.

Chúng tôi dành một thời gian để cầu nguyện cho công vụ tàu thủy, sau đó ngồi yên chờ đợi Chúa. Khi đồng hồ màu đen nhích gần đến mười một giờ khuya. Reona cho biết có một phân đoạn Kinh Thánh được ấn chứng trong đầu cô, Lu-ca 4:4. Tôi nhớ lại lần đầu tiên tôi học được nguyên tắc dẫn dắt này và biết cụ thể câu đó nói gì. Chúng tôi không chơi trò đoán mò, nhắm mắt lại lật đại Kinh Thánh để chọn một câu. Chúng tôi chỉ cầu nguyện, lắng nghe, tập trung ý nghĩ vào Chúa Jêsus, biết rằng Ngài có thể chọn bất cứ phương tiện nào để dẫn dắt dân sự Ngài. Bí quyết quan trọng là sự đầu phục. Bây giờ, trong buổi cầu nguyện qua đêm chúng tôi bắt đầu tìm đọc Lu-ca 4:4 mà Thánh Linh vừa gợi ý cho Reona. Quả thật đây là một phân đoạn khích lệ chúng tôi tiếp tục chờ đợi, lắng nghe tiếng Chúa phán: "Loài người sống trước tiên bằng mọi lời xuất phát từ miệng của Đức Chúa Trời".

Kim đồng hồ chỉ đến 1 giờ 30 sáng, chúng tôi quay lại sự yên lặng trước mặt Chúa. Tuy nhiên lòng phấn chấn khiến tôi không buồn ngủ. Linh tính cho tôi biết Chúa sắp lên tiếng.

Hai giờ lên lặng nữa lại trôi qua. Kim đồng hồ nhích lại 3 giờ 30 phút. Cô em gái của tôi đã lịm người trong giấc ngủ đầu gối vẫn quỳ xuống bên cạnh ghế xếp.

Đột nhiên ba người còn lại trong chúng tôi liên tiếp nhận được lời của Chúa. Có hai điều ấn chứng hết sức mạnh mẽ trong tôi. Thứ nhất là dòng chữ "Kona", tên một địa điểm trên hòn đảo lớn Hawaii mà tôi chưa có dịp đặt chân đến. Thứ hai là hình ảnh một ngọn hải đăng với đèn pha chiếu xuyên qua Thái Bình Dương đến lục địa Á Châu.

Tôi vẫn chưa hiểu điều Chúa muốn nói. Mối quan tâm trong đầu tôi là sự sống lại của công vụ tàu thủy, vậy mà Chúa lại nói về Kona và ngọn hải đăng. Tôi chia sẻ điều mình mới nhận được với Reona và Jimmy (Jannie vẫn còn ngủ và đề nghị mọi người đến với

Chúa trong hiệp hai". "Chúa ơi xin Ngài giúp chúng con hiểu ra điều Ngài muốn nói" – tôi cầu nguyện.

Nhiều ý nghĩ đến thêm với chúng tôi. Một trường huấn luyện, không giống như trường huấn luyện kiểu tư gia như chúng tôi đang làm nhưng quy mô hơn, sâu nhiệm hơn. Reona nghe tiếng Chúa phán về một nông trại, thật kỳ lạ. Nhưng sự kinh ngạc lớn nhất là hình ảnh một chiếc tàu màu trắng đậu trong vịnh.

Kim đồng hồ nay đã chỉ 5 giờ 30 sáng. Tâm trí tôi rộn ràng với những khải thị Chúa vừa mới ban: Một ngọn hải đăng. Một trường huấn luyện quy mô. Hòn đảo lớn, Kona. Một nông trại. Một chiếc tàu màu trắng đầu trong vịnh. Jimmy đánh thức Jannie và chúng tôi uể oải đứng dậy. Tôi cám ơn mọi người đã cùng cầu nguyện rồi bước ra ngoài, mò mẫm trở về căn nhà mình trên con đường bùn lầy dơ dáy. Tôi bò vô giường và ngủ thiếp đi trong cơn mệt mỏi, nhưng tinh thần lâng lâng niềm sung sướng.

Tôi chẳng ngủ được bao lâu trước khi Darlene vỗ vai đánh thức tôi một cách nhẹ nhàng. Tôi kể tóm tắt cho Darlene nghe những chuyện xảy ra tối hôm qua rồi vội vã lên lớp. Các sinh viên ngồi sẵn sàng bên cạnh những chiếc bàn ăn đã được dọn sạch sau bữa ăn sáng, chín mươi hai khuôn mặt trẻ chăm chú nhìn vào tôi. Các thiếu nữ với làn tóc óng mượt chải rẽ ra từ giữa trán, mặc quần jean hoặc váy dài. Còn các cậu thanh niên trong bộ đồ bò đồng bộ, tóc dài với râu quai nón, cũng có một vài chàng mặt mũi nhẵn nhụi.

Tôi bắt đầu câu chuyện: "Một số chúng tôi thức qua đêm để tìm kiếm ý chỉ của Chúa. Thật kỳ diệu, nhưng tôi không biết có nên nói ra đây cho các bạn cùng biết hay không. Vậy chúng ta hãy chờ đợi Chúa, hy vọng Ngài sẽ phán cho các bạn những điều Ngài đã phán cho chúng tôi trong đêm hôm qua. Tôi xin nhắc lại một số nguyên tắc thực hành lắng nghe lời Chúa phán: Khẳng định thẩm quyền tâm linh của tín đồ trên mọi tà linh, dọn sạch mọi ý riêng có sẵn trong đầu và yên lặng chờ đợi Chúa".

Sau đó chúng tôi chờ đợi trong sự yên lặng.

Chẳng có tiếng động nào hơn ngoài tiếng trẻ em nô đùa ngoài đường phố xa xa.

"Ai sẽ là người đầu tiên?" Tôi hỏi các bạn sinh viên sau nhiều phút chờ đợi.

Một cô gái e thẹn, gương mặt tròn trịa với cặp kính không gọng mở miệng: "Điều em nhận được có vẻ ngớ ngẩn, nhưng em cứ xin phép nói ra: Đó là một chữ "K' lớn viết hoa".

Thật kỳ lạ, tôi nghĩ vậy và hỏi tiếp: "Còn ai nữa không?"

Một anh chàng với bộ râu trắng nổi bật lên: "Em thấy dòng chữ Kona". Tôi bắt đầu thấy phấn chấn trong lòng. Một em khác thấy một quả núi lửa, tôi biết rằng chỉ có một quả núi lửa đang hoạt động trên Hòn Đảo Lớn ở Hawaii.

Không khí trong phòng trở nên náo động suốt buổi sáng hôm đó, hầu hết các bạn trẻ ai cũng nhận được tiếng của Chúa phán. Người này nói: "Tôi thấy hình ảnh một khu nhà lớn, có thể đó là một trường huấn luyện". Người khác nói thêm: "Tôi thấy một nông trại..." Rồi ở góc kia: "Tôi thấy một ngôi nhà màu trắng nằm trên sườn đồi..."

Trái tim tôi đập một cách hào hứng. Có nhiều sự trùng lặp với điều Chúa phán đêm hôm qua đến mức tôi chẳng dám tin vào tai mình nữa. May mắn thay, có chín mươi hai học viên có mặt ở đây để làm chứng cho các sự việc đang xảy ra.

Phần làm cho tôi được kích động nhiều nhất diễn ra ở thời điểm cuối cùng trong giờ chờ đợi lắng nghe lời Chúa phán.

Một cô gái nhìn thấy hình dáng một chiếc tàu thủy.

Em nói chiếc tàu ấy màu trắng, nằm thả neo ở trong một chiếc vịnh của một hòn đảo.

Điều gì đang xảy ra ở đây? Chỉ hai tuần sau buổi chờ đợi lắng nghe tiếng Chúa phán ấy, chúng tôi đã có một khải thị rõ ràng về tương lai. Tuy nhiên tôi vẫn phải đối diện với một sự thật phũ phàng: Sự chết của chiếc tàu đầu tiên và sáu mươi thuyền viên đang bị tổn thương. Một buổi sáng thnasg mười hai, tôi bay đến New Zealand, Mally ra đón tôi ở phi trường với gương mặt tái xám: "Chẳng còn gì để nói nữa anh ơi, hãng Tàu Hiệp Nhất đã chính thức đình chỉ các thương thuyết và chúng ta đã đánh mất chiếc tàu rồi". Cả hai chúng tôi cùng nhau lái xe ra bến cảng trong sự yên lặng, để chia tay lần cuối với giấc mơ của hội truyền giáo. Tháng Mười Hai lại là khởi đầu của mùa hè ở miền nam bán cầu, tuy nhiên, ánh nắng rực rỡ trong vịnh chẳng xứng hợp với tâm trạng thất vọng trong lòng chúng tôi. Cả hai chúng tôi đứng thẫn thờ trước chiếc Maori đang bị cột vào bến cảng, cầu thang đã bị cất đi, thay vào đó là tấm bảng nghiêm cấm việc lên tàu. Tự nhiên tôi có cảm giác như mình đang đứng trước một chiếc quan tài vậy.

Tiếp đó chúng tôi lái xe đi thăm sáu mươi anh em thuyền viên. Tôi kể cho họ nghe về câu chuyện Chúa Jêsus làm cho La-xa-rơ sống lại. Chúng ta không nhầm lẫn khi nghe tiếng Chúa phán: "Chiếc tàu Maori sẽ không được cứu nữa! Hôm nay nó đã chết, nhưng Chúa sẽ làm cho giấc mơ của chúng ta sống lại trong bất cứ hình thức và thời điểm nào đẹp lòng Ngài".

Khi nhìn vào các gương mặt của các thuyền viên, những nam giới phụ nữ, thanh thiếu niên, tôi thông cảm hết sức sự thương tổn của họ. Nhiều người đã rời quê hương xứ sở xa xôi của họ, đến New Zealand với giấc mơ phục vụ trên chiếc tàu truyền giáo. Nhiều người từ bỏ chức vụ, địa vị, lương bổng tốt lành. Họ đã cùng nhau làm việc trên tàu, tu sửa, lau chùi, đánh bóng tất cả mọi bộ phận, chi tiết của nó. Họ dốc hết tấm lòng yêu mến Chúa của mình vào làn nước rửa boong tàu một cách vô ích. Điều này làm cho họ đau đớn nhiều nhất. Sau khi quay trở lại, tôi biết mình cần phải báo cho một người nữa về cái chết của chiếc tàu truyền giáo. Dưới con mưa tầm tã, tôi cầm ô đứng run rẩy bên cạnh cột điện thoại ngoài bãi đậu xe của khu vực cắm trại Kaneohe. Trong khi nhân viên sở điện thoại nối dây cho tôi với một người Anh Quốc, tôi suy nghĩ về số tiền ông tặng cho hội YWAM đã đặt cọc này đã mất. Tôi nhớ lại cảm giác khi mình lên mười tuổi, được mẹ giao tiền đi mua sữa và vô tình đánh rơi tờ bạc năm đồng ấy.

Một giọng nói đặc biệt của người Anh vang lên phía đầu dây bên kia. Tôi cẩn thận kể lại những sự việc đã xảy ra, từ chuyện làm Chúa buồn lòng và thú nhận tội lỗi của chúng tôi ở Osaka. Sự ăn năn ấy lại mở cánh cửa mới đến những sự hướng dẫn mới của Chúa mà Ngài cho chúng tôi lựa chọn: Hoặc chúng tôi được Chúa can thiệp và cứu chiếc tàu Maori, hoặc chúng tôi cho phép Ngài làm giấc mơ của mình sống lại theo thời gian và phương thức đẹp lòng Chúa.

"Có phải anh đang muốn nói rằng anh đã làm mất số tiền đặc CỌC rồi phải không?" Người bạn tôi cắt lời.

"Vâng, đúng vậy".

Yên lặng. Tiếng động duy nhất tôi có thể nghe được trong ống nghe là tiếng nhiễu trên đường dây. Cuối cùng anh bạn người Anh lên tiếng: "Tôi nghe rằng số tiền ấy đã được đầu tư một cách đúng đắn Loren ạ. Chúa đã sử dụng nó để làm hội truyền giáo YWAM trở nên khiêm nhường trước mặt Ngài. Tôi tin rằng từ nay trở đi các bạn sẽ bước đi tiếp với một năng lực phi thường. Xin chúc mừng các bạn!"

Bây giờ tôi cảm thấy thực sự được hạ mình. Người bạn Anh Quốc này quả thật là một tôi tớ đáng kính của Chúa. Bình minh chỉ mới trỗi dậy trên bầu trời Kaneohe, nhưng tôi đã tỉnh giấc. Nhiều tháng đã trôi qua sau khi chúng tôi mất chiếc tàu truyền giáo. Cả gia đình bốn người chúng tôi vẫn còn nằm chờ trên chiếc giường tầng, những chiếc va-li đã sẵn sàng bên cạnh cửa. Ngày hôm nay chúng tôi sẽ trở về Thụy Sĩ.

Trong khi nằm trên giường, tâm trí tôi liên tưởng về mười tuần vừa qua của khóa học mà đáng lẽ ra phải ở trên tàu, thay vào đó chúng tôi phải đến khu vực cắm trại sình lầy này. Tôi khâm phục khả năng thích nghi của các bạn trẻ, không những đối với hoàn cảnh sống nhưng còn với tình trạng chờ đợi không ổn định. Bây giờ đã đến lúc chúng tôi lên đường về nhà.

Về nhà. Thật khó hiểu khi trong tôi còn có một tiếng nói nhỏ nhẹ báo trước một ngày nào đó tôi sẽ quay lại nơi đây. Mặc dù mưa, gió và sình lầy trong những tháng qua, tôi cảm giác mình bắt đầu đâm gốc rễ xuống hòn đảo này. Đặc biệt từ khi chúng tôi cầu nguyện qua đêm tìm kiếm ý chỉ của Chúa, tiếp đó là những lời khẳng định qua các bạn trẻ. Cho đến ngày hôm nay chẳng ai có thể hiểu trọn vẹn những sự dẫn dắt kỳ lạ ấy.

Chiếc máy bay hạ cánh xuống thung lũng lạnh giá bên bờ hồ Geneva. Don Stephens đội chiếc mũ lông kiểu Nga, ra đón chúng tôi. Anh chở chúng tôi về khách sạn Golf ở Lausanne. Tòa nhà vuông vắn thân thuộc, này đã được sơn màu be, với những cửa chớp màu cà phê, duyên dáng nằm giữa rặng thông xanh.

Chúng tôi dừng một chút trước cổng khách sạn và nhớ lại ngày thấy nó lần đầu tiên cách đây bốn năm. Chúng tôi dọn vào ngôi nhà hoang vắng này và bắt đầu dọn sạch từng mạng nhện. Từ đó, hầu hết tất cả mọi phần của giấc mơ đã trở nên hiện thực: Chúng tôi gởi hàng ngàn nhân viên đi sáu mươi quốc gia và mở ra ba mươi lăm trung tâm truyền giáo.

Chỉ có một phần quan trọng của giấc mơ vẫn còn là điều bí ẩn. Chiếc tàu truyền giáo.

Don bắt đầu khiêng những chiếc va-li ra khỏi xe, nên tôi tạm cắt luồng tư tưởng và quay sang giúp anh. Chẳng bao lâu chúng tôi đã ở trong căn hộ cũ của mình. David lên ba tuổi ném con gấu bông của nó lên giường đối diện với giường của Karen, chị nó nay lên năm tuổi rưỡi. Cuối cùng chúng tôi đã trở về nhà.

Tuy nhiên tôi vẫn chưa cảm thấy bình an trong lòng.

Có thể đây là phản ứng về những gì mà Chúa đang phán cho chúng tôi. Sau một tuần ổn định nơi ăn chốn ở, tôi vẫn gặp khó khăn khi muốn tập trung tư tưởng. Một buổi sáng nọ tôi cố gắng lý giải sự bất an trong lòng mình. Trong thời gian tôi công tác ở Hawaii, Don đã làm những công việc phi thường. Tin tức về các chiến dịch truyền giáo của các bạn trẻ dưới sự lãnh đạo của Don từ khắp các miền của châu Âu dồn dập đổ về văn phòng một cách khích lệ.

Bây giờ Don đang chia sẻ với các bạn trẻ về chiến dịch mùa hè sắp tới. Đột nhiên, anh quay sang nhìn tôi một cách thiếu tự tin. Dường như tôi có thể đọc được những ý nghĩ đang chạy qua đầu của Don: "Đáng lẽ mình phải xin phép Loren trước đã". Một tích tắc yên lặng trôi qua, Don tiếp tục làm việc với các bạn trẻ, nhưng tự nhiên tôi đã thấy một sự thật: Don đã trở nên người lãnh đạo ở địa điểm này. Sự nhân rộng và gia tăng đã bắt đầu, tôi có thể an tâm ra đi để theo đuổi những chương trình mới Chúa giao cho bản thân.

Thật đây là một thời điểm kỳ lạ đối với những ai quan tâm về những phương cách dẫn dắt của Chúa. Chúa cho tôi cảm giác mình sẽ được đưa ra khỏi đây nhưng chẳng biết sẽ được đưa về đâu. Chắc chúng tôi sẽ không ở lại châu Âu. Chiếc tàu đã chết, không phương cách phục hồi.

Một ngày kia, khi tôi đang ngồi trên chiếc ghế tựa mà mình ưa thích. Wally gọi điện đến từ New Zealand.

"Loren ơi, có lẽ đây là điều anh muốn biết: Sáng hôm nay người ta kéo chiếc Maori đi rồi. Nó được bán cho hãng sắt vụn ở Đài Loan. Một số thuyền viên của chúng ta đang đứng khoanh tay trên bến cảng nhìn nó bị kéo đi..."

Tôi treo máy điện thoại lên và đăm chiêu nhìn vào đám mây mù bao phủ rặng núi xa xa, với một cảm giác buồn bã như khi bác gái của tôi, bác Sandra và sau đó bác Arnette qua đời vì bị bệnh ung thư. Tiếng cười giòn giã của hai đứa trẻ lọt vô trong phòng. Darlene uyển chuyển bước vào với ly nước trên tay, mùi ca cao bốc lên thơm phức. Tôi kể lại cho nhà tôi nghe về cú điện thoại từ Wally.

"Chiếc Maori đã chết rồi em ơi". Nhà tôi chẳng nói thêm một lời, cả hai vợ chồng đều nhìn ra ngoài cửa sổ, hướng mắt nhìn vào bầu trời tẻ nhạt của tháng giêng. Tôi suy nghĩ về những sự đau đớn trong suốt bốn tháng qua, kể từ khi Chúa phán rằng Ngài sẽ làm rúng động tất cả những gì có thể bị làm rúng động. "Anh chưa bao giờ thấy mất phương hướng như bây giờ".

"Em biết rồi anh ơi, chúng mình đã đánh mất cái lưỡi rìu".

Ngay lập tức tôi nhớ lại ngay bài nói chuyện của ông Duncan Campbell ở trường huấn luyện của YWAM. Ông giảng về một nguyên tắc tìm kiếm ý chỉ của Chúa qua câu chuyện về Ê-li-sê và các học trò của ông. Một trong những học trò ấy đã bị mất cái lưỡi rìu và Ê-li-sê khuyên em nên quay lại địa điểm cuối cùng khi em còn có nó. Vâng lời Ê-li-sê, em quay lại đúng địa điểm đó, Chúa chỉ cho em thấy vật em đánh mất. Diễn giả Duncan nói nhiều khi chúng ta đánh mất "cái lưỡi rìu" – công cụ sắc bén nhất của chức vụ là Lời Chúa, chúng ta nên quay lại nơi mà Ngài phán cho chúng ta lần cuối cùng.

Đâu là nơi Chúa phán cho chúng ta lần cuối cùng?

Tôi thấy nó một cách rất rõ ràng.

"Không còn ngạc nhiên nữa Darlene ơi, địa điểm cuối cùng trước khi mình đã đánh mất cái lưỡi rìu là lần cầu nguyện thâu đêm ở Hawaii". Chúng tôi thăm dò ý Chúa về chiếc Maori, nhưng Ngài lại nói chúng tôi biết về một ngọn hải đăng cho vùng châu Á và Thái Bình Dương ở trên Hòn Đảo Lớn.

Hai vợ chồng chúng tôi ngồi nói chuyện suốt cả buổi chiều, ly ca cao đã bị lãng quên và trở nên nguội lạnh trên chiếc bàn nhỏ.

Chúng tôi nhớ lại lời Chúa phán một cách bí ẩn cho từng nhóm người riêng biệt. Ngài phán về bờ biển Kona trên Hòn Đảo Lớn, về một ngôi nhà màu trắng trên sườn đồi, về một nông trại, về một loại trường huấn luyện mới, và cuối cùng cả về chiếc tàu thủy màu trắng thả neo nằm trong vùng vịnh. Đúng rồi, đó là nơi chúng tôi để quên chiếc lưỡi rìu – Lời của Chúa.

Chúng tôi thấy mình đều đặc biệt tò mò về khải tưởng ngọn hải đăng cho châu Á và Thái Bình Dương. Đã từ lâu chúng tôi ý thức được nhu cầu truyền giáo của vùng này. Sáu mươi phần trăm dân số thế giới sống ở đây, mà chỉ có một phần trăm dân châu Á biết đến danh Chúa Jêsus.

Cả hai chúng tôi đều nhìn thấy hướng đi cho chuyến hành trình kế tiếp. Chúng tôi sẽ mở rộng mặt trận về phía đông, Hawaii chính là địa điểm của hội YWAM đặt chân vươn tới châu Á.

"Chúng ta sẽ dọn đến định cư lâu dài trên Hòn Đảo Lớn". Tôi tuyên bố.

Vợ tôi cười phá lên khi nghe tôi nói chữ "định cư lâu dài". Trong suốt chín năm qua, kể từ khi lập gia đình chúng tôi thường sống lưu động trong các lều trại, lớp học và trường sở. Góc nhà ấm cúng của mấy đức con tôi chẳng qua là nắp chiếc vali, Với những tấm hình của người thân. Tôi cũng cười phá lên cùng Darlene và cảm thấy thỏa mãn, chặng đường trước mắt của chúng tôi lại trở nên sáng sủa lạ thường.

Tuy nhiên cả hai chúng tôi không thể ngờ tới những giai đoạn khó khăn sẽ phải đương đầu khi chúng tôi dùng Hawaii làm bàn đạp tiến về châu Á.

16

KALAFI TRỞ VỀ

Linh tính tôi cảm nhận một sự kiện quan trọng sắp xảy ra! Ba năm đã trôi qua kể từ khi chúng tôi rời Thụy Sĩ đến đây. Đã ba năm từ khi Darlene chia tay những bông hoa dại khiêm nhường quanh khách sạn Lausanne mà cô ưa thích để đổi lấy những bông hoa nhiệt đới, màu sắc rực rỡ trên Hòn Đảo Lớn trong quần đảo Hawaii.

Chiếc xe hơi của chúng tôi lần mò theo con đường nhỏ dẫn đến một cơ ngơi hoang tàn nằm giữa rừng cỏ hoang và bụi gai. Mặc dầu nhiều chữ đã bị mất, bảng hiệu ngoài đường cho chúng tôi biết đây là khách sạn Hoàng Hậu Thái Bình Dương". Karen và David, đứa tám tuổi, đứa mười tuổi ngồi chen chúc với hai vợ chồng tôi và mười nhân viên của hội YWAM trong chiếc xe. Sau chúng tôi còn có ba chiếc xe hơi nữa. Tất cả mọi người đều mặc những bộ đồ cũ nhất để sẵn sàng cho một công việc dơ dáy đang chờ đợi. Khi chúng tôi bước chân xuống bãi đậu xe đầy ổ gà, Karen buột miệng nói một câu miêu tả hết sức chính xác những gì đang đập vào mắt mình: "Thật hỗn độn, bẩn thỉu làm sao!"

Tuy nhiên chúng tôi cũng nhìn cơ nghiệp này bằng con mắt tâm linh nữa. Bên trong những cây leo bao phủ là tòa nhà lịch sự mang tên Khách Sạn Hoàng Hậu Thái Bình Dương trước khi chủ nó bị phá sản cách đây tám năm. Xung quanh tòa nhà là tám mươi lăm mẫu tây (khoảng mười tám hecta) sân cỏ nằm thoai thoải trên sườn đồi nhìn ra vịnh Kona. Tất cả cơ ngơi này chúng tôi mua được với số tiền đặt cọc khiêm nhường. Vâng, Chúa đang làm việc giữa chúng tôi.

Darlene thốt lên: "Ít nhất chúng ta có một quang cảnh tuyệt diệu, phải không anh?" Vợ tôi nói có lý. Đằng sau chúng tôi là đỉnh Hualalei, một ngọn núi lửa đã tắt, nhờ đó mà chúng tôi có được một mảnh đất hết sức màu mỡ. Trước mắt là mặt nước lóng lánh màu xanh lam của vịnh Kona. Tôi còn hình dung thêm một chiếc tàu màu trắng nằm thả neo trên vịnh ấy nữa.

Chúng tôi bắt tay vào công việc dọn dẹp. Với con dao rựa và chiếc cuốc, tôi lao vào đám cỏ dại và bụi gai, di tích của một vườn hoa bao bọc bể bơi cũ. Xung quanh tôi, các tình nguyện viên cũng đang tấn công sự đổ nát sự thảm thương của khách sạn Hoàng Hậu Thái Bình Dương.

Trong nhịp điệu của những chiếc cuốc xẻng, tôi bắt đầu suy nghĩ về kết quả của một buổi cầu nguyện qua đêm cách đây bốn năm tại khu cắm trại Kaneohe. Trừ một chi tiết bí ẩn, tất cả mọi điều mà Chúa phán cho chúng tôi đều trở nên hiện thực. Chúng tôi đang ở trên Hòn Đảo Lớn, nói chính xác hơn, ở trên bờ biển Kona như lời phát biểu của cậu thanh niên có bộ râu màu trắng. Chúng tôi nay đang làm chủ năm mươi lăm mẫu tây bởi một người cho biết rằng Chúa phán với ông đem tặng nông trại của mình cho YWAM. Còn về tòa nhà màu trắng nằm trên sườn đồi? Ấy là một dinh thự lớn mà chúng tôi đang sử dụng để cho giáo viên và sinh viên ở trong các trường Huấn Luyện Môn Đồ.

Nhìn bên ngoài, dường như chúng tôi đang thi hành đúng đắn sứ mạng của mình. Nhưng vì sao Darlene và tôi cảm thấy bất an? Thật vô nghĩa! Tôi tự nói với mình trong khi nhổ một nắm cỏ dại đang mọc từ đám đất đỏ. Trong suốt ba năm kể từ khi đến Hòn Đảo Lớn, chúng tôi cảm thấy còn có những điều gì chưa được trọn vẹn. Một ngày nọ, cách đây một năm, tôi thấy một tiếng nói vấn vương trong đầu: "Loren, con đã kiểm điểm lại cuộc sống của con so với sự kêu gọi ban đầu chưa?"

Đây là một nguyên tắc thăm dò ý Chúa mà tôi đã lơ là. Chúng ta phải thường xuyên kiểm nghiệm sự tiến triển của công việc mình so với sứ mạng đầu tiên mà Chúa giao phó. Sứ mạng của tôi rất rõ ràng: Rao giảng hai bản tánh của Phúc Âm: Yêu Chúa với tất cả tấm lòng và yêu người như chính bản thân mình. Hai điều ấy có thể thực hiện được nhờ niềm tin nơi Chúa Cứu Thế Jêsus.

Liệu chúng tôi đã thành công trong Công tác ấy chưa? Công bố sự cứu rỗi cho linh hồn và cứu trợ người nghèo khó? Quả chúng tôi chưa hoàn tất việc cứu trợ người nghèo khó trong khi họ đối diện với sự phũ phàng của cuộc sống. Kể từ cơn bão Cleo ở nước Bahamas, tôi luôn luôn mong ước có một chiếc tàu chở hàng cứu tế đi trợ giúp những người lâm nạn. Những cố gắng đầu tiên về chiếc tàu thủy đã được "đặt trên bàn thờ" như cách nói của cha mẹ tôi có nghĩa là đã được trao lại cho Chúa, bởi nó đã chiếm đoạt vinh hiển của Chúa Jêsus. Tuy nhiên chúng tôi có được nhiều điều khích lệ để ôm ấp giấc mơ ấy. Một trong những điều khích lệ là tấm bảng treo tường mà mẹ tôi đã gửi cho tôi với dòng chữ in đậm: "Đừng Từ Bỏ Chiếc Tàu". Chúng tôi vẫn còn chờ có một bức tường để treo nó lên.

Còn về mặt thứ hai của Phúc Âm học cách yêu Chúa với tất cả tấm lòng, trí óc và năng lực. Chúng tôi đã cố gắng hết sức trong lĩnh vực này nhưng cũng chưa đủ. Thông thường Phúc Âm được công bố trong một khung cảnh tôn giáo, ví dụ như trong một ngôi nhà thờ lớn ở đâu đó. Bên ngoài xã hội còn có rất nhiều phương tiện thông tin khác mà người đời sử dụng để tuyên truyền sứ điệp của mình như qua văn hóa nghệ thuật, âm nhạc, phim ảnh, gia đình, hệ thống giáo dục, thương mại, đài báo, ti vi và hình luật...

Cách đây một năm, khải tượng của tôi được mở rộng khi tôi nhớ lại sứ mạng ban đầu mà Chúa giao cho chúng tôi.

Trái tim tôi đập rộn ràng với những suy nghĩ mới. Giả sử những bạn trẻ, đặc biệt là những người từ châu Á và châu Đại Dương được chúng tôi huấn luyện đặc biệt trong những phương tiện thông tin, tuyên truyền đã kể trên? Chúng tôi sẽ đào tạo hàng ngàn chuyên viên kỹ thuật trẻ tuổi và cung cấp cho đất nước của họ những người có khả năng ảnh hưởng suy nghĩ của quần chúng. Họ sẽ là những phương tiện hữu hiệu của công tác truyền giáo. Chúng tôi sẽ nhấn mạnh tầm quan trọng của mối quan hệ với Chúa và với người, ngang với kiến thức khoa học kỹ thuật. Chúng tôi sẽ có những chuyên viên đến sống và huấn luyện sinh viên trong khung cảnh địa phương của các làng bản nhỏ bé ở châu Á và châu Đại Dương. Phương cách học chủ yếu sẽ là vừa học vừa làm.

Và bây giờ chúng tôi đang đứng trên nền móng của "một trường đại học" tương lai, mà chúng tôi sẽ đặt tên là Trường Đại học Các dân tộc.

Tôi vừa nói vừa vung tay chặt đám bụi gai: "Ngài thật có tính hài hước thưa Chúa! Chỉ có Ngài mới đủ sức biến tòa nhà đổ nát này thành một trường đại học mà thôi". Tuy vậy, tôi tiếp tục nghĩ đến các trường đại học nổi tiếng của Mỹ như Harvard, Yale và Princeton, tất cả đã được bắt đầu từ giấc mơ của những người hướng về sự truyền bá và ứng dụng của Phúc Âm. Dường như đây là quá trình tương tự, Trường Đại học Các dân tộc đang đi theo dấu vết của các bậc đàn anh kia, ít nhất trong một lĩnh vực là chúng tôi cũng bắt đầu từ con số không, trong tay chẳng có gì khác ngoài niềm tin và sự dẫn dắt của Chúa.

Bây giờ chúng tôi đang đối diện với một thách thức khổng lồ của việc phát quang cỏ dại và tu sửa lại mấy tòa nhà đổ nát này.

Davidvới sự hồn nhiên của đứa trẻ lên sáu, hớn hở chạy lại báo tin cho tôi biết có một chiếc máy kéo vừa mới đến.

"Ba ơi, lại đây xem chiếc máy kéo, kéo bật các bụi gai bằng sợi dây xích, lại đây xem mau lên ba ơi".

Với tấm lòng biết ơn, tôi bỏ con dao rựa xuống rồi nắm tay kéo David đến chào người lái máy kéo. Trong khoảnh khắc tôi hình dung hình ảnh trong tương lai, khi hàng ngàn thanh niên thiếu nữ sẽ bước ra đi trên mảnh đất này như tôi đang bước ngày hôm nay, rồi sẽ ra đi khắp thế gian truyền giáo Phúc Âm của Chúa.

Nếu phát quang đã là một công tác vất vả, tu sửa khách sạn lại còn là một việc khủng khiếp hơn. Gia đình tôi dắt nhau vào thăm bên trong bốn tòa nhà hoang tàn.

"Em có biết ở đây có chín mươi chín phòng ngủ và một trăm phòng vệ sinh không?" Tôi quay sang nói với Darlene. Nhà tôi nhún vai trả lời: "Em biết chứ, cái nào nhìn vô cũng muốn mửa vậy".

Chúng tôi đặt ra một mục tiêu của buổi chiều hôm ấy là tìm ra một căn phòng thích hợp để đặt tổ ấm của gia đình. Thật ra chẳng có căn phòng nào có vẻ hấp dẫn cả. Tất cả bốn tòa nhà của khu khách sạn đã bị tàn tạ hết phương cứu chữa. Các sàn gỗ đã bị mối ăn hết, nhiều căn phòng nồng nặc mùi nước tiểu của những người ăn ở bất hợp pháp trước khi chúng tôi mua được cơ sở này. Các con chuột cống và gián chạy tới chạy lui tự nhiên như chủ nhân vậy.

"Anh đã cho em biết trước là chúng ta sẽ sống một cách hết sức đơn giản nếu em lập gia đình với anh". Tôi nói với nhà tôi trong khi chỉ tay về phía đống rác thối rữa trong phòng. "Anh không biết em sẽ làm cách nào để cho các con cảm thấy nơi đây sẽ trở nên căn nhà ấm cúng của mình". Tôi vừa cười vừa luồn tay xốc nhẹ mái tóc của đứa con gái, tuy nhiên thâm tâm tôi thực sự quan tâm không biết Darlene có chịu nổi không. Sau khi đã lập gia đình được mười bốn năm, chúng tôi vẫn không có một chiếc xe hơi hoặc một chiếc bàn ghế gọi là của riêng. Kể từ khi dọn đến Hawaii, chúng tôi đã phải di chuyển chỗ ở mười tám lần. Vâng, mười tám lần trong vòng ba năm.

"Đừng lo lắng anh Loren, tất cả sẽ khác đi sau khi chúng ta dọn dẹp, sửa sang tươm tất!" Darlene động viên tôi.

Các bạn trẻ lại càng hăng hái giúp việc hơn. Trong hai tuần tới, hàng chục thanh niên tham gia công việc dọn dẹp khách sạn. Các cô gái lau chùi một trăm cái cầu tiêu, còn các chàng trai chuyên môn việc giặt thảm. Chúng tôi chia nhau hành ca kíp, làm việc cả ngày lẫn đêm với chiếc máy giặt thảm thuê từ tiệm mướn đồ ngoài thành phố.

Cuối cùng chúng tôi rời căn hộ ở khu trung tâm thị trấn Kailua Kona và dọn vô cở sở mới của YWAM ở trên đồi. Sau khi đặt những chiếc va-li xuống tấm thảm màu da trời sạch sẽ, mọi người đều chạy lại và ngắm nhìn vịnh nước bóng lánh phía sau hàng dừa xanh. Rồi Darlene lấy ly chén, thìa muỗng của mấy đứa trẻ và nói: "Đây là góc nhà của các con đây. Các con hãy làm cho nơi này trở nên ấm cúng như nhà của mình vậy".

Vài ngày sau, tôi ngồi ngoài hiên trên chiếc ghế bạt mượn từ hàng xóm và nói chuyện với tiến sĩ Howard Malmstadt.

Một trong những nguyên tắc thăm dò ý định của Chúa là thường xuyên kiểm nghiệm các dấu hiệu ấn chứng, giống như người ta tìm thấy các bảng chỉ đường trên những chặng đường mình chưa từng đi qua. Sau khi ngồi nói chuyện với tiến sĩ Howard một lúc lâu tôi mới phát hiện dấu hiệu ấy. Tiến sĩ Howard là một trong những nhà bác học và giảng viên có tên tuổi ở trường đại học Illinois ở Urbana. Tôi kể cho ông nghe về chuyện Chúa đang dẫn dắt chúng tôi trong việc thiết lập Trường Đại học Các dân tộc. Đây sẽ là một cơ sở đặc biệt để đào tạo những người trẻ tuổi cả về công nghệ lẫn hiểu biết đường lối của Chúa, để rồi khi ra trường họ sẽ trở nên công cụ hữu hiệu truyền bá danh Ngài.

Tiến sĩ Howard nói nhẹ nhàng: "Tôi đã biết về dự định ấy, Chúa đã phán cho tôi".

Rồi ông giải thích cho tôi về việc ông được người ta đề cử chức giám đốc Trường Đại Học Trung Phần Miền Tây nước Mỹ. Khi ông cầu nguyện hỏi ý kiến của Chúa, Chúa cho ông biết rằng ông phải đi đến Hawaii. "Vì sao đến Hawaii, thưa Chúa?" "Bởi vì Ta muốn ban cho hội YWAM một trường đại học ở Hawaii và con sẽ là một giảng viên cho trường đại học ấy!"

Những dấu hiệu khẳng định sự dẫn dắt của Chúa càng khích lệ bao nhiêu, thì tin dữ trong những lĩnh vực khác càng làm chúng tôi đau lòng bấy nhiêu. Một trong những tin dữ ấy là sự thất bại trong cuộc đời của Kalafi. Suốt hai năm qua anh đã rơi vào vũng sình lầy khó có thể tưởng tượng nổi.

Tôi được nghe tiếng chuông báo hiệu sự đổ vỡ của Kalafi bốn năm về trước, ở hội đồng lãnh đạo Osaka. Ở đó, Kalafi nói về những khó khăn đang xảy ra trong gia đình mình. Chúng tôi có dịp gặp riêng họ tại một hội đồng sau đó một năm. Sau cánh cửa đóng kín của một căn phòng, họ kể lại câu chuyện buồn thảm của gia đình mình. Chúng tôi biết những "trở ngại của vợ chồng họ" bắt đầu từ một thiếu nữ.

"Em chỉ hôn cô ấy thôi, thưa anh Loren, em chẳng bao giờ đi thêm một bước nào nữa. Em đã thú nhận với vợ em, với người lãnh đạo dưới quyền em và nghĩ như vậy đã xong..."

Nhưng Tapu bị tổn thương một cách nghiêm trọng. Nàng không thể tha thứ được sự phản bội của chồng mình. Sau đó còn nhiều chi tiết nữa mà chúng tôi chẳng muốn nghe đến. Chúng tôi cầu nguyện với họ, cả hai đều khóc lóc và nói lên những lời ăn năn. Mới đầu tôi nghĩ nan đề của họ đã được giải quyết, nhưng linh tính của tôi thấy họ còn có những gì không phải, không thể nói ra được. Tôi cố gắng mời họ đến Hawaii, tham gia khóa huấn luyện của chúng tôi, nhưng họ khước từ. Kalafi nói: "Không được đâu, có người cho em mượn căn nhà ở bang Cali. Em nghĩ chúng em nên tạm dừng công tác một thời gian để hàn gắn sự đổ vỡ gia đình". Lý luận ấy chẳng có vẻ hợp lý, nhưng chúng tôi không muốn khăng khăng hối thúc.

Trong vài tuần sau khi họ tới Cali, những điều làm chúng tôi lo sợ đã trở nên hiện thực. Cha mẹ của thiếu nữ nọ cho biết con gái mình và Kalafi có thể đang có những quan hệ bất chính với nhau. Tapu cũng bắt đầu tình tứ với một người nào đó. Tôi bay đến thành phố Los Angeles để nói chuyện với Kalafi. Mặc dầu tôi dành nhiều thời gian cho Kalafi, nhưng anh ta quyết định không thành thật với tôi. Qua cách nói chuyện vô tư bên ngoài của Kalafi, tôi suýt nữa tin rằng những gì mình đã nghe về anh chẳng qua là sự đồn đại.

Sau khi tôi trở về Hawaii, tôi nhận thêm một cú điện thoại từ cha mẹ của thiếu nữ nọ. Tôi biết rằng mình phải lên tiếng trực tiếp với Kalafi. Tôi gọi anh bạn tôi: "Kalafi, em phải thấy những hậu quả nghiêm trọng của những việc em đang làm. Hãy trở lại ngay bây giờ đi, trước khi mọi việc đã quá muộn".

Câu trả lời của anh là một sự im lặng kéo dài khủng khiếp.

Một tuần sau, tôi nhận được bức thư của Kalafi trong đó anh viết: "Em tôn trọng Chúa, nhưng em không thể là kẻ đạo đức giả. Em có cuộc sống riêng tư, xin anh đừng động đến em một thời gian nữa".

Hàng nước mắt rơi xuống gò má tôi, nhưng tôi không thể bỏ cuộc. Tôi nhớ rằng tính kiên gan đã từng hàn gắn sự đổ vỡ trong gia đình tôi, khi tôi khăng khăng gọi điện xin gặp bác Arnette ở Miami cho đến khi bác đồng ý.

Một vài tháng sau khi nhận được thư của Kalafi, tôi có dịp gặp ông bà Joy Dawson và chúng tôi cùng cầu thay cho Kalafi. "Chúa ơi, xin Chúa cho Kalafi một cơ hội nữa làm lại cuộc đời...!" Chúng tôi nài xin Chúa, chẳng hổ thẹn về những giọt lệ tuôn tràn trên gò má.

Cũng ở thời điểm đó, Kalafi đang ngồi trong quán rượu với vài người đàn ông. Kalafi nhanh chóng sa đọa trong tội lỗi. Anh trở nên là người mời chào uống rượu đầu tiên và là người cuối cùng đứng trên hai chân sau cuộc đánh lộn. Anh bắt đầu mang khẩu súng ngắn trong người nữa. Đêm hôm ấy, khi chúng tôi cầu thay cho Kalafi, một cô gái mảnh khảnh luồn vô ngồi cạnh Kalafi bên bàn ăn nhậu của một quán rượu. Trong bầu không khí ồn ào, cô bắt đầu tâm sự Kalafi rằng cô đã có dịp nghe ông Billy Graham truyền giảng và quyết định đầu phục Chúa. Kalafi ngạc nhiên nhìn cô, chẳng ai trong đám bạn mới biết về quá khứ của anh. Cô gái nói với Kalafi rằng ước gì cô vẫn còn chung thủy với Chúa.

"Kalafi, em sợ lắm. Em biết khi chết em sẽ phải xuống địa ngục!" Cô kết thúc câu chuyện.

Ở thời điểm ấy, Kalafi gào rống lên át cả tiếng nhạc ồn vào trong quán rượu: "Đức Chúa Trời ơi, hãy buông tha tôi, đừng quấy rầy tôi nữa".

Darlene và tôi có dịp đến Los Angeles lần nữa và chúng tôi đi tìm Kalafi một cách bất thình lình. Thật đúng lúc, Kalafi đang gói bọc đồ đạc ra đi. Tôi chưa bao giờ chứng kiến sự cứng rắn nào hơn ở trong anh. Còn Tapu ở đâu, chúng tôi hỏi. Kalafi chẳng biết gì hơn là vợ mình làm ca sĩ ở một hộp đêm nào đó ở vùng Inglewood. Có thể cô đang sống một căn hộ trên một đại lộ đi về phía nam thành phố.

Chúng tôi lái xe đi tới khu Inglewood, trong lòng cảm thấy mình như người mất hồn. Làm sao chúng tôi có thể tìm được người thân ở khu phố hỗn độn trên những con đường rối rắm đây. Tôi thầm cầu nguyện: "Thưa Chúa, Ngài biết Tapu đang ở đâu. Xin Ngài đưa dắt chúng con đến gặp cô ấy".

Làm sao tôi có thể giải thích được câu trả lời của Chúa. Bản thân tôi cũng mất khá nhiều thời gian để tin điều đó là sự thật. Chúng tôi đang lái xe về phía đông trên đại lộ Royal, vừa đi vừa hỏi

Chúa xem mình nên quẹo vào đâu. Sau khi tôi băng qua phố Inglewood tới thành phố Hawthorne, linh tính báo cho tôi biết mình nên quẹo ngay tới Inglewood. "Đúng, mình nên quẹo vào phố Inglewood, nhà tôi khẳng định thêm. Tôi quay lại rồi lái xe một cách chậm rãi dọc theo phố Inglewood về phía nam. Sau khi chạy được bốn góc đường, đột nhiên tiếng nói của Thánh Linh vang lên trong đầu tôi: "Con hãy dừng ở đây".

Tôi nói: "Chúng ta hãy thử xem tòa nhà này", và Darlene đồng tình ngay. Đây là một tòa nhà hai tầng cũ kỹ, tường xi măng màu xanh, chẳng có gì đặc biệt so với hàng chục tòa nhà khác ở hai bên đường.

Chúng tôi ra khỏi xe, bước qua đám đồ chơi gãy vỡ và xe đạp của con nít trên vỉa hè, tới chỗ một em bé gái đang ngồi cạnh cầu thang. Em gái đó cho biết có người phụ nữ giống như người mà chúng tôi mô tả sống trong căn hộ trên tầng hai. Chúng tôi bước lên cầu thang và gõ cửa.

Tapu mở cửa rồi đi giật lùi vào phòng khách, thân hình còn cuốn trong bộ đồ ngủ. Đôi mắt của cô mở to đầy kinh ngạc: "Làm sao anh chị tìm thấy em ở đâu? Hãy vô nhà đi, nhưng em không có nhiều thời gian đâu, em có việc phải đi".

Chúng tôi khuyên nài Tapu nhưng vô hiệu. Sau năm phút đứng nói chuyện một cách gượng gạo với Ta-pu, chúng tôi đành phải ra đi.

Ngay trong tuần sau đó, bà Joy Dawson cảm thấy mình cần phải viết cho Kalafi một lần nữa. Thư của Joy đến đúng vào lúc Kalafi đang dự định tổ chức một bữa ăn nhậu và tiêm chích xì ke. Anh lấy một chiếc phong bì từ hộp thư, đem vào xe hơi, xé nó ra và bắt đầu đọc.

Đột nhiên Chúa phán cho Kalafi bằng tiếng nói mà tai người có thể nghe được. Kalafi toát mồ hôi khắp cơ thể.

Chúa lên tiếng một cách nhẹ nhàng: "Kalafi, sống cuộc đời của một người tin kính thật rất khó khăn, nhưng có một điều khó khăn hơn là không tin danh Ta. Con phải biết cái giá mà con phải trả để theo Ta còn ít hơn muôn phần cái giá mà con phải trả khi từ chối Ta".

Kalafi gọi điện cho tôi từ điện thoại công cộng. Anh cũng gọi cho ông bà Dawson và cùng cầu nguyện với họ cả tiếng đồng hồ, chấm dứt năm tháng sống sa đoạ xa rời Chúa. Sau đó anh đến sống ở Hawaii. Tôi cảm thấy Kalafi cần một thời gian để phục hồi cuộc sống nên khuyên anh bắt đầu đi học đại học ở phía bên kia Hòn Đảo Lớn. Trong thời gian rảnh rỗi, Kalafi bắt đầu mở hãng cắt cỏ trồng bông và chẳng bao lâu, hãng của anh trở nên phát đạt. Có việc gì mà Kalafi đặt tay vô làm một cách nửa vời?

Kalafi nói với tôi trong một lần đến thăm hội YWAM rằng anh sẽ không bao giờ tham gia phục vụ truyền giáo nữa. Chúa Jêsus tha thứ tội lỗi cho anh là đủ lắm rồi, bây giờ anh chỉ muốn an phận mà thôi.

Khi quan sát sự tiến bộ của Kalafi trong một thời gian một năm rưỡi tiếp đó, chúng tôi cũng nhiều lần chứng kiến sự đổ vỡ tiếp theo của anh. Kalafi và Tapu tìm cách nhích lại gần nhau nhưng không thành công. Họ đành bỏ cuộc và đi đến đi dị. Kalafi bắt đầu uống rượu trở lại và khi được tôi nhắc nhở, khuyên nhủ, Kalafi yêu cầu tôi bỏ mặc anh. Một thời gian ngắn sau, anh lập gia đình lần thứ hai với Leda, một thiếu nữ không cùng niềm tin.

Suốt mấy tháng tôi không biết cư xử cách nào, nên thẳng thắn cảnh cáo hay nên thả lỏng, tôn trọng quyền cá nhân. Kalafi công tác với YWAM khi chúng tôi chưa có trường Huấn Luyện Môn Đồ, nên anh chưa bao giờ kinh nghiệm được kỷ luật thuộc linh trước khi được trao trách nhiệm lãnh đạo. Nói một cách khác, những điều mà chúng tôi đang phải đối phó ở đây là hậu quả của cách làm việc vội vã trong những ngày đầu tiên của hội truyền giáo.

Chín tháng sau khi nghe tin Kalafi đã lập gia đình mới, tôi nhận được một cú điện thoại bất ngờ.

"Em và Leda có thể đến thăm anh chị được không?" Kalafi rụt rè hỏi.

Họ có thể thăm mình được không? Họ cần phải hỏi câu đó hay sao? Chẳng có gì làm chúng tôi vui vẻ hơn là được thấy mặt họ. "Được lắm chứ, các em cứ đến đây đi, tối thứ sáu được không?"

Vậy, Kalafi và người vợ đang mang thai lái xe đến thăm chúng tôi. Joy Dawson cũng có mặt bởi bà đang giảng dạy buổi cuối cùng trong khóa huấn luyện truyền giáo. Sau bữa cơm, Joy đem Kalafi ra ngoài nói chuyện riêng, trong khi Darlene ngồi tâm sự với Leda. Như bông hồng dưới ánh nắng, Leda mở lòng đón nhận Chúa Jêsus ngay. Chúng tôi cảm thấy sung sướng mãn nguyện.

Tôi nhìn về phía bên kia thấy Joy cũng đang tâm sự thật lòng với Kalafi, Kalafi cúi gục đầu xuống, vầng trán nhăn lại như có vẻ đang cân nhắc sự đầu phục hoàn toàn đối với Chúa. Khi hai người từ giã chúng tôi, tôi biết vận mệnh của họ vẫn chưa được quyết định chắc chắn. Kalafi biết quá nhiều về Chúa để có thể sống cuộc đời an phận thủ thường.

Vài tuần sau, Kalafi gọi điện lại cho tôi và xin được gặp riêng.

Tôi cảm thấy lòng mình trở nên thanh thản khi thấy Kalafi ngồi cúi đầu, khoanh tay một cách thuận phục. Anh sẵn sàng quyết định vâng lời và đang dâng trọn đời mình cho Chúa. Anh kể lại đầu đuôi câu chuyện về sự sa ngã của mình, bắt đầu từ sự kiêu ngạo, ham muốn xác thịt mà anh không bao giờ ăn năn một cách thực lòng. Cả hai chúng tôi cùng khóc. Khi đứng bên cạnh Kalafi và cầu nguyện, tôi biết rằng đây là một người mà Chúa muốn sử dụng, mặc cho những sự vấp ngã của anh.

Rồi một trong những phương cách dẫn dắt bí ẩn của Chúa bắt đầu được bày tỏ ra.

Hãng cắt cỏ và trồng hoa của Ka lafi gặp trở ngại.

Kalafi nhận hai hợp đồng lớn, nhưng anh không hề bắt tay vào việc như ý muốn. Một chiếc xe ủi đất bị hư, anh phải mướn một chiếc khác, rồi chiếc ấy bị hư trong vòng mấy giờ. Sau năm trường hợp như vậy, Kalafi bắt đầu băn khoăn về tiếng gọi của cuộc đời. Một người bạn gọi điện tới Kalafi và nhờ anh nói chuyện với thanh niên trong buổi học Kinh Thánh tối thứ bảy ở nhà thờ gần đó. Mới đầu anh từ chối, nhưng Leda động viên anh.

"Người ta đâu có yêu cầu anh giảng đạo, Kalafi. Họ chỉ muốn nghe kể về những gì vừa xảy ra thôi".

Kalafi làm theo lời khuyên của vợ. Trên bục giảng trong nhà thờ tối thứ bảy hôm đó, Ka lafi kể lại quãng đời tăm tối của mình, về chuyện anh muốn chạy trốn khỏi bàn tay của Chúa, về chuyện anh phạm tội tà dâm và làm tan vỡ gia đình, về chuyện Chúa thương xót dẫn dắt anh quay lại trong sự ăn năn.

Rồi Kalafi bật khóc. Qua làn nước mắt, anh ngạc nhiên nhìn thấy một người đàn ông từ hàng ghế đầu tiên quỳ xuống, rồi người thứ hai cũng làm như vậy, mọi người ở khắp các góc của nhà thờ bật khóc. Một vài người cầu nguyện tiếp nhận Chúa Jêsus, nhiều gia đình đang trên đà tan vỡ được hồi phục trở lại.

Sau buổi nhóm, Kalafi biết rằng Chúa đã trao lại chức vụ cho anh. Vợ chồng anh bắt đầu đến thăm chúng tôi đều đặn vào các buổi tối thứ sáu. Mỗi lần đến là họ đem tới một tin vui, Kalafi bắt đầu nhận thấy bàn tay của Chúa trong việc hai chiếc máy ủi đất bị hư. Cuối cùng, Kalafi đóng cửa hãng cắt cỏ trồng hoa và bắt đầu phục vụ Chúa trọn thời gian. Họ không có thu nhập nào khác ngoài sự cung ứng gián tiếp của Chúa. Họ tổ chức các buổi truyền giảng vào buổi tối thứ sáu, hướng dẫn mọi người tin Chúa và cầu nguyện xin Chúa chữa lành bệnh tật của thân thể và tinh thần cho mọi người.

Tôi thường suy nghĩ về chức vụ của Kalafi khi anh li dị và lập gia đình lần thứ hai. Rõ ràng li dị là đi ngược lại ý muốn tốt lành của Chúa, nhưng nó không phải là tội lỗi không thể tha thứ. Chính Chúa là Đấng đã hồi phục cuộc sống và chức vụ cho Kalafi. Nếu việc sống một đời sống hoàn hảo theo ý muốn của Chúa là tiêu chuẩn của chức vụ thì có mấy ai trong chúng ta có đủ khả năng? May mắn làm sao, mặc dầu chúng ta thất bại, Chúa vẫn thành tín, không lấy lại ân tứ và sự kêu gọi Ngài đã từng giao cho chúng ta.

Thật phước hạnh làm sao khi thấy Kalafi kết quả trở lại trong công tác của Chúa. Trong khi chúng tôi cũng chứng kiến bộ khuôn viên trường đại học tương lai bắt đầu lộ ra từ rừng cỏ hoang rậm rạp trên hòn đảo nhiệt đới này.

Thú thật tôi suýt nữa thì quên không nhắc đến chi tiết quan trọng nhất mà Chúa đã tỏ ra khi chúng tôi tìm kiếm sự dẫn dắt của Ngài trong buổi cầu nguyện qua đêm ở trại Kaneohe cách đây bốn năm. Đó là lời tiên tri nhắc đến một chiếc tàu màu trắng thả neo, nằm trong vịnh Kona.

Tuy nhiên, chúng tôi đã phải chôn vùi khải tượng ấy trong dĩ vãng, không biết rằng nó có thể trở nên hiện thực trong một ngày không xa.

17
ĐỪNG TỪ BỎ CHIẾC TÀU

Hai tháng sau khi gia đình tôi dọn vô cơ sở mới của hội YWAM ở Kona, Hawaii, tôi lên đường đi thăm Stephen ở châu Âu.

"Anh Loren ơi, em đang băn khoăn không biết Chúa có đang làm sống lại khải tượng về chiếc tàu thủy không?"

Phản ứng của tôi bật ra ngay tức khắc với một câu lầm bầm nói qua hơi thở: "Một chiếc tàu khác? Chắc không đâu! Nếu vậy chúng ta phải tiến hành hai chương trình lớn cùng một lúc: Mua chiếc tàu thủy và xây dựng Trường Đại học Các dân tộc".

Don chẳng nghe thấy tiếng lầm bầm của tôi. Anh nói tiếp về một chiếc tàu thủy đang thả neo ở Venice, nước Ý. "Tàu đó tên là Victoria". Mắt Don sáng rực lên: "Em đã đưa vài nhân viên của hội ở châu Âu đi tham quan nó. Đây là một chiếc tàu khổng lồ, nửa chở hàng nửa chở người, trọng tải mười một ngàn tấn. Có điều nó đã già nua, nằm chết dí trên mặt nước, chẳng có đèn đóm gì cả bởi máy phát điện đã ngưng hoạt động".

Càng nói, giọng của Don càng trở nên hào hứng. "Tuy nhiên, chúng ta có thể mua nó với giá không quá cao. Có nhiều chi tiết cần phải sửa sang nhưng chắc chúng ta làm được, phải không anh Loren?"

Tôi chần chừ, tránh thốt ra ra một lời bình luận.

Don chấm dứt câu chuyện với giọng nói rụt rè bởi thấy tôi có vẻ không quan tâm. "Có một điều khác thường về chiếc tàu Victoria…"

"Chiếc tàu ấy màu gì vậy?" Tôi hỏi Don với ý muốn lấp vào khoảng trống trong cuộc hội thoại.

"Màu trắng anh ạ". Đột nhiên trái tim tôi đập rộn ràng. Chiếc tàu thủy mà chúng tôi thấy trong khải tượng khi cầu nguyện qua đêm ở Kaneohe, Hawaii cũng được sơn màu trắng vậy.

Hai tháng sau đó, một người lạ mặt đến Hòn Đảo Lớn ở Hawaii dò hỏi tìm tôi. Bây giờ ông đang ngồi trong văn phòng nhỏ của hội YWAM, bên cạnh cửa sổ nhìn ra vườn hoa rực rỡ trong ánh nắng mặt trời.

"Tôi tên là Paul Ainsworth, đến từ thành phố Toronto."

Ông ta bắt đầu cảm thấy lúng túng, tôi mỉm cười cố gắng làm cho người khách của mình được tự nhiên. Paul nói tiếp: "Thật ra, tôi chẳng biết vì sao mình đến đây, ngoại trừ một sự kiện kỳ lạ, khó hiểu có thể liên quan đến ông. Ông biết không, tôi đã thấy một khải tượng…"

Tôi trở nên quan tâm đến điều Paul sắp nói. Người khách nói tiếp một cách gượng gạo. Cách đây vài ngày, ông tham gia một buổi cầu nguyện ở thành phố Toronto, miền đông Canada. Đột nhiên, trước mắt ông hiện ra một tấm bản đồ lớn của miền Nam Thái Bình Dương. Rồi ông thấy có một chiếc tàu thủy lớn đang đi tới đó từ quần đảo Hawaii…

Miệng tôi bắt đầu há hốc vì kinh ngạc.

Paul nói tiếp: "Khải tượng rõ ràng đến mức tôi có thể đọc được tên của các hòn đảo. Một người có mặt trong buổi cầu nguyện đem ra một bản đồ lớn để dò theo chặng đường của chiếc tàu thủy... Thưa ông, tất cả đều đúng như trong khải tượng."

Tôi ngồi thẳng người bên mép ngoài của chiếc ghế. Những điều ông khách nói ra như một dòng điện chạy xuyên qua cơ thể tôi. " Khi chiếc tàu thủy này đi qua vùng châu Đại Dương, cơn phục hưng bùng nổ ra, hàng ngàn người phương Nam tiếp nhận Chúa Jêsus. Sau đó những người này lại trở nên giáo sĩ và đi tới Đông Nam Á, Ấn Độ và Trung Quốc. Hàng triệu người khác xưng nhận niềm tin..."

Khải tượng kéo dài khoảng hai tiếng đồng hồ, với một số chi tiết khác có vẻ không liên quan đến công vụ của chúng tôi.

"Bây giờ Ngài muốn con làm gì, thưa Chúa?" Paul Ainsworth hỏi và nhận được câu trả lời không kém phần bí ẩn: "Ta muốn con đi Hawaii". Ông không quen biết ai ở Hawaii, nhưng bắt đầu mua vé máy bay trong sự vâng phục. Trên đường ra phi trường, một người bạn thân dúi vào tay ông một mảnh giấy xếp nhỏ và nói: "Người này có thể giúp ông. Ông ấy sống ở Hawaii". Khi Paul đã ngồi yên chỗ ở trên máy bay, ông mở mảnh giấy ra coi. Trong đó chỉ có vỏn vẹn mấy chữ: "Loren Cunningham".

Tôi sững sờ, khó có thể tin điều tai mình đang nghe thấy. Người khách nhìn chăm chú gương mặt tôi, chờ đợi một sự giải thích hợp tình hợp lý. Với giọt nước mắt bắt đầu ứa ra, tôi bước lại bức tường, lấy xuống tấm bảng mà mẹ tôi đã gởi cho tôi và đưa cho Paul xem. Sau đó với sự mãn nguyện khác thường, tôi kể cho người bạn mới của mình đầu đuôi câu chuyện. Kể xong, cả hai chúng tôi đều phá lên cười như cách cười của những người phương Nam, dường như để che giấu sự bồn chồn trong lòng. Tấm bảng mà mẹ tôi gởi có mang dòng chữ: "Đừng từ bỏ chiếc tàu".

Tất cả mọi việc tiếp theo xảy ra một cách nhanh chóng và không kém phần ly kỳ. Darlene nhận được một bức thư từ bạn mình là người đã bỏ ra nhiều công khó, kiên nhẫn cầu nguyện cho hội truyền giáo. Bà ta viết: "Chúa cho tôi biết rằng anh chị cho ra đời một cặp sinh đôi. Chắc không phải con cái từ lòng mẹ đâu, nhưng tôi tin rằng có hai công vụ mới sẽ song song chào đời. Thứ nhất là chiếc tàu thủy và thứ hai là gì tôi không biết..."

Từ ngày đó, đi đến đâu tôi cũng nghe nói về con sinh đôi. Nhiều người chẳng tin điều sau đây là sự dẫn dắt, gợi ý của Chúa, nhưng nếu đó là sự thật thì quả là thú vị. Vài tháng trước khi Darlene nhận được bức thư trên, vợ chồng em gái tôi, Jimmy và Jannie, đã có con sau mười một năm chờ đợi. Ai cũng ngạc nhiên và vui mừng khi thấy hai cậu con trai sinh đôi, chào đời ngày bảy tháng bảy năm 1977.

Sau những sự khích lệ và ly kỳ giống như những câu chuyện trong Kinh Thánh, chúng tôi bắt đầu tiến hành việc mặc cả mua tàu Victoria. Sự hiện diện của Chúa trong việc này thật quá rõ ràng đối với tôi, nếu không, chắc tôi đã từ bỏ ý định mua tàu. Làm cách nào để Chúa có thể ban một món tiền để tiến hành một sứ mạng khổng lồ như vậy?

Ba tháng sau khi nói chuyện với Don Stephens lần đầu tiên về chiếc tàu Victoria, chúng tôi bắt đầu thương lượng với chủ tàu. Tôi chẳng thể giấu được nụ cười hài hước khi thấy sự trái ngược giữa việc ký hợp đồng, nộp tiền đặt cọc mua tàu thủy giá hàng triệu đô-la và việc vợ mình đang còn phải rửa chén bát trong chậu rửa mặt của buồng tắm.

Don gởi cho tôi tấm hình và bản vẽ của chiếc tàu Victoria. Bởi kinh nghiệm đáng tiếc của chiếc Maori, tôi cất vội bản vẽ vô trong ngăn kéo cho khuất mắt.

Một tháng sau, tôi bay tới Venice để gặp Don. Ở đó, hơn bốn trăm nhân viên hội YWAM đang tổ chức chiến dịch truyền giáo, làm chứng trên đường phố. Họ dựng lều bạt để sống ở khu cắm trại bên ngoài thành phố. Tất nhiên điều tôi quan tâm hơn cả là chiếc tàu Victoria nằm bên bờ biển.

Trên đường đón tôi từ phi trường, Don kể cho tôi những sự kiện mới nhất về chiếc tàu. Chủ tàu đang cân nhắc lời đề nghị của chúng tôi và đã xin chính phủ chấp thuận việc bán tàu.

"Đầu tiên, những người này chẳng coi chúng ta ra cái gì" Don vừa nói vừa lái xe len lỏi trên đường phố nhỏ hẹp của Venice. "Và em chẳng trách họ. Chúng ta thật quá ngây thơ về chuyện tàu bè. Em còn phải hỏi họ xem mình cần phải hỏi họ những điều gì. Em cảm thấy xấu hổ khi cho họ biết địa chỉ của mình: Khu cắm trại dã ngoại ngoài thành phố".

Chúng tôi lái xe trên con đê nối liền hải cảng và lục địa rồi dừng lại. Đôn chỉ về phía những chiếc cần cẩu bên bến cảng và nói: "Nó kia kìa". Mặc dầu phải che giấu nỗi xúc động, trái tim tôi vẫn đập rộn ràng. Victoria nằm đó với ống khói sơn màu da cam và màu đen. "Anh có để ý biểu tượng trên ống khói không, đó là biểu tượng của Thánh Mác, một môn đồ của Chúa và người đỡ đầu cho thành phố này. Điều ấy có nghĩa gì đặc biệt cho chúng ta không anh?"

Không biết Đôn có để ý tới sự lưỡng lự trong tôi không, nhưng thú thật tôi không sẵn lòng bước ngay lên thang tàu. Lý do chính là tôi không muốn quá hào hứng. Sau thất bại với chiếc Maori, điều tôi không bao giờ muốn làm là tôn vinh một cục sắt lên trên địa vị của Chúa Jêsus.

Nhưng tôi cũng sẵn lòng để Chúa làm việc qua Don và những người khác. Bản thân tôi, tôi sẽ giữ mối thăng bằng giữa sự cẩn thận từ bài học về chiếc tàu Maori và sự mạnh dạng đến từ khải tượng của Paul Ainsworth.

Tôi động viên việc Don cứ tiếp tục tiến hành việc thương lượng mua tàu. Đứng trước trách nhiệm nặng nề của Don, tôi chỉ biết khuyên: "Don ơi, em hãy chia nhỏ công việc ra thành những phần mình có thể kham nổi, Chúa chẳng bao giờ đòi hỏi mình làm nhiều hơn sức mình đâu. Hãy đi từng bước một thôi".

Tôi trở lại Hawaii với cảm giác lẫn lộn, nửa mừng nửa lo. Cả hai vợ chồng chúng tôi cứ băn khoăn với câu hỏi: "Phải chăng là Ngài, thưa Chúa?" Trong những giờ phút quyết định quan trọng, chúng tôi thường tự hỏi: "Mình đang nhận được bao nhiêu phần của sự dẫn dắt siêu nhiên?" Chúng tôi chẳng dám xin những dấu kỳ phép lạ, nhưng dấu kỳ, phép lạ cứ liên tục xảy ra đến mức nếu không để ý đến chúng, chúng tôi sẽ trở nên những người mù lòa tâm linh. Có thể Chúa phán:

"Đây là cửa mở cho các ngươi, hãy mạnh dạn bước qua nó đi".

Don tiếp tục thương lượng việc mua tàu. Một tháng sau anh gọi điện cho tôi từ Venice và nói với một giọng phấn khởi: "Chủ tàu đã chấp nhận giá của chúng ta đưa ra. Chính phủ cũng đã cho phép họ bán tàu. Anh chắc sẽ bật cười khi thấy mọi người ai cũng muốn đi gặp chủ tàu để ký hợp đồng mua bán. Năm anh em ngồi chen chúc trong chiếc xe Con cóc Renault 4, rời lều bạt ở khu cắm trại để đi mua tàu thủy".

Vậy chúng tôi đã có hợp đồng. Tất cả nhân viên trong hội truyền giáo YWAM cố gắng quyên góp tiền đặt cọc cho đúng thời hạn. Tuy nhiên, ngoài tiền ra, chúng tôi còn thấy có một sự ban cho đặc biệt khác: Hai mặt song song của Công vụ YWAM là truyền giáo và thương xót sẽ trở nên hiện thực.

Chúng ta cần tự hỏi: "Quyết định của mình có đem mọi người tới sự tự do và sự trung tín trong Chúa không?" Đây là một trong những cách hiệu nghiệm nhất để thử cho xem mình có đang đi trong sự dẫn dắt của Chúa. Nếu phải, rất có thể quyết định của mình đến từ Chúa. Nếu không, chúng tôi chúng ta hãy cẩn thận. Trong trường hợp này, Don là người được giao trách nhiệm chính. Anh đã chứng minh khả năng lãnh đạo qua chiến dịch truyền giáo ở Munich và bây giờ lại được phép thi hành một sứ mạng khó khăn hơn.

Trong khi đó, như những ống nhòm đã được điều chỉnh, ý tưởng về trường đại học của chúng tôi trở nên rõ ràng hơn, tiến sĩ Howard Malmstadt, người đến thăm chúng tôi trước đây, nay quyết định ở lại như lời Chúa phán. Ông cùng tôi nằm sóng xoài trên chiếc thảm màu xanh da trời hàng giờ đồng hồ, vừa cầu nguyện, vừa vắt óc suy nghĩ và đặt kế hoạch hành động. Tiến sĩ Howard giới thiệu cho tôi biết một nhà kiến trúc sư. Ông này hỏi dồn tôi về khái niệm một trường đại học khác thường mà ông chưa từng gặp, ở đó mọi người cùng sinh hoạt và học tập trong mối liên hệ mật thiết. Chúng tôi giải thích rằng học sinh, nhân viên, giáo sư, khoảng một trăm tám mươi người một khu, giống hệt các làng bản châu Á châu Đại Dương, nơi các sinh viên đã ra đi và sẽ quay về để phục vụ. Các khoa trong trường đại học sẽ bao gồm tất cả những lĩnh vực thiết yếu, ảnh hưởng đến tư tưởng của quần chúng trong xã hội. Lớp học và cư xá cần phải được thiết kế làm sao để khích lệ sinh viên vừa học vừa thực hành. Nhà kiến trúc sư tỏ vẻ hết sức thích thú với khái niệm mới mẻ này và ông trở về Mỹ để vẽ đồ án xây dựng Trường Đại học Các dân tộc. Khi vẽ xong ông chân tình đem tặng cho chúng tôi công sức của mình, nhất định từ chối không nhận thù lao.

Tôi lo lắng nhiều về mức độ trọng đại của hai công việc mà hội YWAM phải tiến hành cùng một lúc: Mua tàu thủy và xây dựng trường đại học. Tôi lo lắng về tài chính nữa...Tuy nhiên những điều đó không phải là mối lo sợ thật sự của tôi...

Khi ý Chúa được tỏ ra một cách rõ ràng, kỳ diệu như vậy, chúng ta thường lao mình vào công việc hơn là gắn bó gần gũi Chúa. Đó là sự vấp phạm thứ nhất với chiếc tàu Maori. Lần này chúng tôi cẩn thận đề phòng không để nó lập lại nữa.

Nhưng một sai lầm khác bắt đầu lộ diện. Khi thực hiện sự chỉ dẫn của Chúa một cách sai lầm, không những chúng ta tước đoạt sự vinh hiển của Ngài, nhưng còn lãng quên địa vị số một của Chúa trong tâm trí tình cảm của bản thân. Câu chuyện sau đây minh họa điều sai lầm thứ hai.

Kể từ chiến dịch truyền giáo ở Munich, hội luôn cố gắng có mặt ở tất cả các Thế Vận Hội Quốc Tế. Trong một vài tuần, Thế Vận Hội là một mô hình thu nhỏ của thế gian, không những chúng tôi có thể gặp gỡ tất cả những đại diện các dân tộc từ năm châu bốn bể, nhưng còn gặp những người từ các nước nơi mà chính phủ thường gây khó khăn cho những người tin Chúa. Tháng 6 năm 1978, Giải Bóng Đá World Cup được tổ chức ở Argentina. Tôi được Chúa phán đi đến đó để tham gia truyền giáo.

Trước khi lên máy bay, một người bạn từ Mỹ gọi điện cho tôi: "Anh Loren ơi, tôi có tin mừng cho anh. Có nhà kinh doanh bất động sản muốn dâng tặng rất nhiều tiền cho Trường Đại học Các dân tộc. Ông ta sống ở thành phố Denver và đang muốn gặp anh".

Như vậy là chúng ta có thể khai mạc trường sớm hơn dự định, tôi thầm nghĩ. Tuy nhiên, mình sẽ phải đến Argentina muộn hơn một hai ngày... Biết sao bây giờ.

Tôi cố gắng dùng giọng nói trầm tĩnh trên điện thoại: "Được rồi tôi sẽ đi vòng qua Denver trên đường đến Argentina"

Như vậy, trong khi tôi phải có mặt ở Giải Bóng Đá World Cup, tôi đã bay ngược về Denver ở Mỹ. Sau nhiều sự chậm trễ ngoài dự định, cuối cùng tôi đã đến Argentina. Khi ấy Giải Vô Địch Bóng Đá đã đi vào giai đoạn cuối cùng.

Tôi gặp đoàn truyền giáo và cố gắng làm bù thời gian quý giá đã mất với sự hào hứng giả tạo. Các bạn trẻ phản ứng trong sự khiêm nhường, lễ phép, nhưng thực ra ai cũng cảm thấy mình như một cậu thiếu niên trong đội tuyển của trường, mong đợi mãi mà cha mình bận việc chẳng thể đến xem biểu diễn được. Các nhân viên lãnh đạo đoàn cũng chẳng giúp thêm gì được. Mặc dầu tôi cố gắng giải thích, mọi người vẫn buồn ra mặt. Tôi biết mình đã phạm sai lầm nghiêm trọng.

Đêm hôm đó, trong căn phòng nhỏ của trường đại học, nơi mà bảy trăm anh em trong đoàn truyền giáo đang nghỉ ngơi sau một ngày làm việc mệt nhọc, tôi bắt đầu suy nghĩ về sự kiện vừa xảy ra.

Tôi không thể nghi ngờ rằng Trường Đại học Các dân tộc là một giấc mơ trong trái tim của Chúa. Đây là một phương tiện gởi hàng ngàn thanh niên vào trong những lĩnh vực quan trọng trong xã hội, uốn nắn tư tưởng quần chúng theo sự tin kính. Tuy nhiên, chiếc tàu Maori cũng là giấc mơ và phương tiện của Chúa, Ngài cho phép nó chết đi bởi nó đã chiếm địa vị quan trọng, vinh hiển hơn Chúa trong trái tim, khối óc của con cái Ngài.

Trong trường hợp Trường Đại học Các dân tộc, sự vâng phục lời Chúa phán bị đe dọa một cách nghiêm trọng hơn. Thay vì phải có mặt ở Argentina, tôi lại bay đi Denver. Mặc dầu đã nghe tiếng Chúa phán một cách rõ ràng, nhưng tôi đã bỏ việc Chúa giao để chạy theo đồng tiền.

Ước gì mình có một tấm bảng treo tường với dòng chữ: Sự dẫn dắt trước hết phải là mối liên hệ với Đấng dẫn dắt.

Mục tiêu trước tiên của sự dẫn dắt thiên thượng phải đem chúng ta đến gần gũi hơn với Chúa Jêsus. Tất cả mục tiêu khác đều là phương tiện để đạt đến điều ấy. Chúng ta càng phải cẩn thận khi Chúa ban cho công cụ làm việc, như tàu thủy hay trường đại học. Công cụ làm việc là thứ không thể thiếu được, nhưng chúng ta sẽ phạm một sai lầm nghiêm trọng nếu cho phép chúng chiếm lĩnh địa vị vinh hiển của Chúa.

18
CÓ AI QUAN TÂM CHĂNG?

Trong vòng một năm, Darlene đã biến ba căn phòng sơ sài thành căn hộ ấm cúng của gia đình. Một buổi tối nọ, bảy tháng sau khi YWAM bắt đầu thương lượng về việc mua tàu, Don Stephen gọi điện cho chúng tôi.

"Anh Loren ơi", giọng nói của Don đầy sự hào hứng pha lẫn với sự kềm chế một cách khác thường. "Việc thương lượng đã xong rồi".

"Vậy chúng ta đã có chiếc tàu phải không?" Tôi hỏi Don trong khi Darlene ngước mắt nhìn một cách tò mò từ góc nhà bên kia. Đã nhiều tháng qua, số tiền dành để mua tàu tiếp tục được gởi đến một cách đều đặn. Đó là bằng chứng về sự dắt dẫn của Chúa.

"Vâng, mình đã có chiếc tàu rồi. Mặc dầu nó tàn phế, không đủ tốt cho cuộc hành trình, nhưng nó đã thuộc về chúng ta".

Những người chủ tàu cũ muốn giữ chiếc tàu cho đến khi chúng ta trả hết đồng tiền cuối cùng.

"Anh em trong hội sẽ tổ chức một buổi lễ ăn mừng và tạ ơn ngay trong phòng ăn trên tàu. Sau đó họ sẽ lên tầng hai hạ biểu tượng cũ của tàu xuống và treo biểu tượng của chúng ta lên. Tuy nhiên, nhiều nan đề bắt đầu xảy ra..." Bây giờ tôi mới hiểu ra vì sao giọng nói của Don pha trộn niềm vui và sự kiềm chế khác thường ban đầu. "Chúng ta phải dời tàu ra khỏi cảng Venice bởi thuyền viên chúng ta không thuộc về công đoàn. Có lẽ chúng ta phải kéo tàu đến một xưởng sửa tàu nào đó ở Hy Lạp".

Tôi cảm thấy đã đến lúc cần phải chuyển hướng của cuộc hội thoại: "Don ơi, chúng ta nên lấy tên gì đặt tên chiếc tàu này?"

"Anastasis? Lấy tên ấy được không anh? Nó có vẻ hợp ý nghĩa lắm".

"Được đấy". Tôi đồng tình vì biết rằng Anastasis có nghĩa là sự phục sinh theo tiếng Hy Lạp. Darlene mỉm cười gật đầu hưởng ứng với tôi.

Khi bước đi theo sự dẫn dắt của Chúa, một nan đề chúng ta thường gặp là phải giữ mình trong viễn cảnh tương lai. Sự hào hứng ban đầu sớm muộn cũng bị mất đi bởi công việc nặng nhọc phải làm trước khi lời Chúa phán trở nên hiện thực. Khi hướng mắt về tương lai, chúng ta hình dung những kết quả tốt đẹp của những công khó và sự hy sinh ngày hôm nay. Trong giai đoạn chuyển tiếp, nguyên tắc giữ mình trong viễn cảnh tương lai trở nên hết sức quan trọng.

Tháng Sáu năm 1979, một năm sau khi tôi nhìn thấy chiếc tàu Victoria lần cuối cùng, tôi bay đến Venice để gặp Don. Sáu mươi người lãnh đạo của YWAM từ khắp nơi trên thế giới tập trung lại đây để động viên Don và hâm nóng lại khải tượng về chiếc tàu truyền giáo – thương xót Chúa ban.

Từ trên máy bay tôi rướn cổ nhìn qua cửa sổ để tìm chiếc tàu của chúng tôi. Kia kìa, chiếc tàu Anastasis đang nằm tắm nắng trên mặt nước lóng lánh của vịnh Venice. Nó được sơn màu trắng với ống khói màu xanh lá cây và xanh da trời. Nửa giờ sau chiếc taxi chở tôi đến bến cảng. Từ xa tôi nhận ra biểu tượng của YWAM trên ống khói. Phía đuôi tàu, tên cũ của tàu đã được lớp sơn phủ kín, thay vào đó có dòng chữ đậm màu đen là Anastasis.

Khi bước lên tàu, Đôn và các tình nguyện viên trẻ tuổi chào đón tôi một cách thân mật. Trước đây, tôi tỏ vẻ lưỡng lự không muốn đặt chân lên tàu vì sợ mình sẽ dành cho nó 1 sự quan tâm hơn là cho Chúa. Chiếc tàu dù lớn đến đâu chẳng qua là công cụ làm việc để mở mang nước Chúa. Bây giờ tôi đã cảm thấy phước hạnh, thỏa mãn đi tham quan nó. Chiếc tàu Anastasis dài khoảng 160m, với một buồng ăn lớn, một phòng chiêu đãi, một bệnh viện và năm khoang chứa hàng. Tôi để ý những chi tiết mà các bạn trẻ đã dày công lau chùi, cạo rỉ, sơn sửa... "Chỉ riêng bếp thôi, hai mươi lăm người đã phải làm việc một cách vất vả trong suốt ba tuần anh ạ", Don cho tôi biết.

Sáu mươi người lãnh đạo đã có mặt đầy đủ trên boong tàu, nơi mà những khách du lịch thường ngồi tắm nắng trước đây. Don mô tả những khó khăn mình sẽ gặp trong khi Anastasis được kéo đến xưởng tàu ở Athens và trong các công việc sửa sang, chuẩn bị nó. Chúng tôi cùng nhau cầu nguyện, nhớ lại khải thị Chúa ban lúc ban đầu và viễn cảnh tương lai, khi con tàu đã trở nên một công cụ hữu hiệu cho công việc truyền giáo và thương xót. Chúng tôi cần thường xuyên làm như vậy trong những năm tháng khó khăn sắp tới.

Khi cuộc tham quan Anastasis chấm dứt, chúng tôi cảm thấy có được một sự hiểu biết sâu nhiệm hơn về nguyện vọng của Chúa muốn con cái Ngài tham gia vào công tác thương xót. Điều làm tôi vui mừng hơn là Người thúc đẩy khải tượng về công tác thương xót lại đến từ thế hệ thứ hai của YWAM, một thanh niên mới hai mươi bảy tuổi, con đầu lòng của ông bà Jim và Joy Dawsons. "Thưa bác Loren", John nói: "Chúa đang phán cùng với con... có lẽ sứ điệp này dành cho tất cả mọi người trong hội truyền giáo YWAM". Tôi liền để ý đến những điều em sắp nói. Anh bạn trẻ này được sinh ra và lớn lên trong một gia đình giàu kinh nghiệm lắng nghe lời Chúa phán. Giăng nói với tôi về một bài báo trong tạp chí Time mà mình vừa mới đọc. Bài báo ấy nói về những thuyền nhân đang rời khỏi Việt Nam.

"Những thuyền nhân này phải trả những giá rất cao để được xuống những chiếc thuyền ọp ẹp khi họ muốn rời bỏ quê hương. Họ thường gặp hải tặc trên biển, bị giết, bị cướp giựt, hoặc bị thả trôi trên biển. Chẳng ai muốn giúp họ. Những người may mắn đến được đất liền thì bị nhốt trong những trại tị nạn chật chội. Bác Loren ơi, con chẳng thể nhắm mắt quên đi đầu đề của bài báo: Có Ai Quan Tâm Không? Đây là một câu hỏi tầm cỡ quốc tế cho hội thánh. Chúa cảm thấy thế nào khi Ngài nghĩ đến các thuyền nhân. Chắc Chúa đang thương khóc cho họ. Có ai quan tâm không?"

Lời nói thách thức của John ám ảnh tôi. Phải chăng đây là khởi đầu công tác thương xót mà tôi hình dung ra cách đây mười lăm nă, trong trận cuồng phong Cleo ở Bahamas. Tôi quyết định rủ thêm mấy người lãnh đạo trong YWAM bay đến Hồng Kông và Thái Lan để thăm các thuyền nhân. Không có bài báo nào có thể chuẩn bị tai mắt và mũi của chúng tôi cho những điều mình chứng kiến ở trại tị nạn Jubilee. Chúng tôi sửng sốt trước cảnh tang thương của các trại viên.

Mùi hôi thối của phân người xông vào mũi chúng tôi trước khi chúng tôi bước vô cổng. Qua khỏi cổng chúng tôi phải lựa chỗ đặt chân, dò dẫm thận trọng bước qua những vũng nước tiểu và phân, Có chỗ sâu tới một gang tay. Những người trông coi trại chỉ cho chúng tôi thấy ống cống bị vỡ và họ nói họ không có tiền để thuê thợ từ ngoài phố vô sửa sang lại. Họ chẳng có ai đủ khả năng, hoặc sẵn lòng nhúng tay vào một công việc dơ dáy như vậy.

Jubilee nguyên là doanh trại huấn luyện chín trăm cảnh sát, nay chứa mười tám ngàn thuyền nhân, Hồng Kông không thể có chỗ nào khác để chứa một số lượng người khổng lồ như vậy. Trong mỗi một căn nhà có giường tầng xếp từ tường này sang tường kia, mỗi giường ba tầng, mỗi gia đình được chia hai ô. Đây không những là chỗ ngủ nhưng là chỗ sinh hoạt, nấu nướng, ăn uống duy nhất của các gia đình ấy. Các bác sĩ trong trại làm việc một cách kiệt sức, nhiều trường hợp chỉ vì cấp cứu các em nhỏ rơi ra khỏi giường tầng khi đang ngủ.

Trong tâm trí tôi hiện ra một câu hỏi: "Liệu chúng ta phải sửa xong Anastasis mới bắt đầu công tác thương xót hay sao?" Chúng ta có thể đem tình nguyện viên đến đây để dọn dẹp, sửa sang nhà cửa bàn ghế, chăm sóc người bệnh đồng thời nói chuyện về Chúa Jêsus. Chúng tôi sẽ chia sẻ cho những người bất hạnh về tình thương của Chúa một cách thực tế. Chúng tôi sẽ nâng đỡ nạn nhân bằng một bàn tay yêu thương, và chỉ về chân lý với bàn tay kia.

Đến Thái Lan, nỗi quan tâm và sự hào hứng chúng tôi nhận được ở Hồng Kông lại hiện tới. Tôi đứng thẫn thờ nhìn một em bé người Mường nằm ỉu xìu trong bàn tay người mẹ, người em bé quá yếu để tự nâng cái đầu mình. Thực phẩm đến quá muộn đối với em. Bụng tôi quặn đau khi nghe em khò khè hấp hối rồi trút hơi thở cuối cùng. Nước mắt tôi trào ra khi thấy người mẹ ôm ghì chặt thân thể không hồn của em vào trong lòng mình. Tôi muốn gào lên: "Hội Thánh của Chúa Jêsus ở đâu?"

Mấy phút sau, tôi giáp mặt với một người Khơ-me Đỏ đang còn trong tuổi thiếu niên. Có thể trong chiến tranh, em là một trong những người lính tàn bạo, ném trẻ thơ lên trên không trung rồi hứng đón nó bằng một lưỡi lê. Cặp mắt em trống trải, như cửa sổ nhìn vào địa ngục. Nhưng Chúa Jêsus cũng đã chết thay cho tội lỗi của em rồi. Qua một người thông dịch, tôi nói chuyện với một ngàn hai trăm người lính Khơ-me Đỏ. Nhiều người chăm chú lắng nghe về tình thương, sự tha thứ của Chúa và lời kêu gọi họ đến với Ngài trong sự ăn năn. Khoảng hơn hai mươi người vâng lời, bước ra ngoài hàng ngũ, quỳ xuống cầu nguyện cùng với tôi. Họ nhận Chúa Jêsus mặc dù tính mạng họ còn bị đe dọa bởi cấp trên mình.

Khi quay về Kona, Hawaii, lòng tôi tuy vẫn còn nặng nề, nhưng thỏa mãn hào hứng vì một kết quả của chuyến đi cuối cùng tôi đã thấy hai đứa con sinh đôi của Phúc Âm: Truyền giáo và Thương xót đi song song trong công vụ YWAM. Truyền giáo là dạy dỗ mọi người yêu thương Chúa với tất cả tấm lòng, trí óc và năng lực. Công tác thương xót là thương người như thể thương thân bằng hành động cụ thể khi họ gặp hoàn cảnh tang thương.

Chỉ một vài tuần sau, các giáo sĩ trẻ có mặt ở các trại tị nạn. Gary Stephens, em trai của Don dẫn một đoàn ba mươi người vào trại Jubilee, họ làm tất cả mọi việc mà bản thân những người tị nạn không muốn động tay tới: Lấy xẻng xúc phân, sửa sang đường cống, cầu tiêu. Gary cho biết nhiều người tò mò hỏi thăm vì sao những thanh niên bỏ tiền mua vé máy bay đến đây để làm những việc ai cũng muốn tránh. Động cơ nào thúc đẩy chúng tôi? Cuối cùng chúng tôi đã đạt được điều mình mong đợi.

Ban quản trị trại tị nạn đã cho phép chúng tôi mở trường học, trường dạy nghề, các lớp học Kinh Thánh và Tâm vấn.

Rồi điều kỳ lạ xảy ra. Dường như Chúa đã mong đợi sự vâng phục này của chúng tôi để Ngài mở cửa kho chứa trên trời. Khi tin tức về sự ra đời của công tác thương xót được loan ra, các tình nguyện viên bắt đầu ồ ạt kéo đến tham gia. Chúng tôi phải mở cánh cửa chào đón cho hàng trăm người đến phục vụ, trong đó có nhiều bác sĩ, y tá, chuyên viên kỹ thuật, ai cũng sẵn lòng băng bó vết thương hoặc dạy học cho thiếu nhi. Chúng tôi cũng phát hiện ra nhiều cơ hội để giúp đỡ những người tị nạn, như huấn luyện nghề nghiệp, xây dựng nhà cửa, phân phát thực phẩm, quần áo, dạy tiếng Anh và giải thích về cuộc sống mới nơi họ sẽ định cư. Với tình thương thể hiện qua công việc cụ thể và lời khuyên nhủ, dạy dỗ chân tình, chúng tôi khiến nhiều người lắng nghe Phúc Âm và tiếp nhận Chúa Jêsus.

Sự chúc phước của Chúa cũng được bày tỏ ra nhiều nơi khác

nữa. Ka-la-fi thành công trong chức vụ mới của mình. Anh đã lấy lại lòng nhiệt tâm ban đầu cộng với tính khiêm tốn, mềm mại học được qua những thất bại của cuộc đời. Anh tổ chức nhiều trường huấn luyện cho thanh niên ở đảo Honolulu, ở Singapore, và ở Jakarta. Hàng trăm người được cứu và được chữa lành bệnh: Một cô gái bị điếc ở Malaysia, nay nghe được. Một ông già Hồi giáo bị què ở Nam Dương, nay đi được và còn nhảy được nữa, sau khi Kalafi đặt tay cầu nguyện. Nhiều hội thánh được thành lập ở những nơi xa xôi hẻo lánh.

Những câu chuyện trên đặc biệt đem lại cho chúng tôi vui mừng vì thấy Kalafi đã được hoàn toàn hồi phục.

Dường như Chúa đang ban phước hạnh này chồng chất lên phước hạnh kia. Giống như hoàn cảnh của vợ chồng em gái tôi, Jim và Jannie, họ phải chờ đợi mười một năm trời mới có con, không những một nhưng hai cậu con trai sinh đôi. Bây giờ họ còn có thêm một cậu thứ ba, một món quà đặc biệt mà Chúa đã cho thêm.

Ở trong hội YWAM cũng vậy, Chúa ban cho thêm nhiều món quà khác nữa. Các công vụ mới nối tiếp nhau ra đời.

Một người lãnh đạo, Al Akimoff, đã gởi hàng ngàn thanh niên đi truyền giáo Liên Xô, gia đình Floyd McClung dọn đến nội ô thành phố Amsterdam, nơi tụ tập các em nam nữ bán thân nuôi miệng để đưa họ ra khỏi con đường tội lỗi. Nhiều người đã trưởng thành nhanh chóng, trở nên trụ cột của cơ quan ở châu Phi, Bắc Mỹ và Nam Mỹ. Nguyên tắc gia tăng cấp số nhân cũng trở thành hiện thực. Ở Bra-zin, những thanh niên được đào tạo trong các trường truyền giáo đã mở ra nhiều mặt trận mới trong các khu rừng xa xôi hẻo lánh của xứ Amazon, đem Phúc Âm đến các bộ lạc da đỏ.

Còn công việc của Darlene và tôi thì sao? Ngay từ đầu khi dọn đến Hawaii, chúng tôi hướng lòng về châu Á. Chúng tôi đi thăm các đội truyền giáo, huấn luyện bồi linh cho một đội ngũ giáo sĩ chuyên nghiệp hơn một ngàn tám trăm người. Mặt khác chúng tôi vẫn gánh chịu trách nhiệm của mình ở Kona, tin cậy rằng Trường Đại học Các dân tộc là một trong những giấc mơ của Chúa. Nhưng thay vì chờ đợi trụ sở được xây cất, chúng tôi bắt đầu công việc bằng những gì có sẵn trong tay. Trường sở chẳng qua là những công cụ phải không?

Vậy là Trường Đại học Các dân tộc được khai giảng. Chúng tôi thuê phòng chỗ này, mướn phòng ăn chỗ kia và lên lớp ở một địa điểm nào đó. Trong khi đó hai đứa con sinh đôi của Phúc Âm: Truyền giáo và Thương xót vẫn có năng lực hoạt động ở khắp trên thế gian. Câu chuyện kỳ lạ sau đây sẽ khẳng định điều đó.

19
CÂU CHUYỆN VỀ NHỮNG CON CÁ

Stephens cùng với một trăm bảy mươi lăm thủy thủ và sinh viên đang làm việc vất vả để chuẩn bị cho chuyến đi đầu tiên của chiếc tàu Anastasis. Don gọi điện cho tôi từ Athens mùa xuân năm 1981. Khi ấy tôi đang ngồi trên chiếc ghế Lanai trong căn hộ gia đình, mắt nhìn ra rặng dừa xanh bên cạnh bãi biển và hình dung Don đang gọi điện từ một máy điện thoại công cộng nào đó ở Athens. Anh nói qua cho tôi biết về công việc họ đang tiến hành.

"Những bạn trẻ này quả thật là những người anh hùng". Đây thường là cách nói của Don về các thành viên trong đội của mình. Họ phải trườn bò trong những khoang hầm đáy tàu hôi thối để cạo rửa, lau chùi, sửa sang. Họ có ít tiền đến mức chỉ đủ để mua nhiên liệu chạy máy phát điện mỗi đêm vài giờ thôi. Thực phẩm của họ là những món lặp đi lặp lại, chế biến từ bơ đậu phộng, cơm và đậu đỏ. Chính quyền không cho phép họ ngủ lại trên tàu nên họ phải sống trong một khách sạn còn sót lại sau cuộc động đất vừa qua. Nhưng cũng như chúng tôi ở Hawaii, chẳng đợi chờ tới khi trường sở được xây xong mới bắt đầu khai giảng. Don cùng anh em mình quyết định không đợi tàu sửa xong mới bắt đầu công tác thương xót. Mỗi một cơ hội đến là anh em trong đoàn đi giúp các nạn nhân trong trận động đất. Đồng thời mỗi ngày họ cũng đi truyền giảng ở trên những đường phố thủ đô Athens.

Tôi cảm thấy hài lòng: "Don ơi, chúng ta đang làm đúng theo điều Chúa dạy phải không? Tập trung vào sự kêu gọi thiêng liêng của Chúa hơn là công cụ làm việc".

Tất cả nhân viên trong YWAM bắt đầu đóng góp tiền bạc để tài trợ cho con tàu. Tuy nhiên các thuyền viên và Don vẫn tự lực nuôi mình bằng sự giúp đỡ của gia đình, bạn bè và hội thánh, họ thường viết thư gởi về quê nhà, trình bày công tác mình đang làm và nhu cầu của bản thân một cách chân tình, khiêm nhường. Cách cung ứng của Chúa cũng hết sức bí ẩn. Nhiều khi họ viết thư cho người này thì lại nhận được thư động viên từ một người khác mà họ hoàn toàn không hề biết đến. Thường sự tài trợ đến từ một nguồn nào đó một cách hết sức bất ngờ.

Càng đến gần ngày ra biển của Anastasis, Don càng phải nhắc nhở anh em trong đoàn nên nhớ sự kêu gọi của Chúa. Vì sao họ sẵn lòng chui xuống hầm tàu để cọ rửa. Bởi vì họ được Chúa kêu gọi đi truyền giáo. Họ đã cầu nguyện xin Chúa một mùa gặt, hàng ngàn, hàng vạn linh hồn sẽ được cứu rỗi, và nhiều người sẽ ra đi, tham gia công tác thương xót. Để chuẩn bị cho sứ mạng quan trọng sắp tới. Don thường tổ chức kiêng ăn – cầu nguyện – tìm kiếm ý Chúa và chuẩn bị cho mùa gặt. Chúa Jêsus cũng phải kiêng ăn cầu nguyện trước khi bước vào chức vụ. Có thể nhân viên của Anastasis cũng cần phải noi theo gương của Chúa.

Vậy Don, Deyon và một trăm bảy mươi lăm thủy thủ bắt đầu kiêng ăn cầu nguyện trong bốn mươi ngày. Họ thay phiên nhau gánh vác các trách nhiệm để bất cứ trong thời điểm nào cũng có một vài người lo việc tâm linh. Điều họ làm khiến cho tôi nhớ lại lần mình kiêng ăn cầu nguyện ở nhà của ông bà Dawson ở New Zealand, trước khi "Chúa mở cửa trời và ban cho một cách đáng kể" về vấn đề nhân lực cho hội.

Bốn mươi này kiêng ăn cầu nguyện sắp kết thúc thì tôi nhận được một cú điện thoại từ Athens. Đó là Don: "Anh Loren ơi, anh đã sẵn sàng nghe chưa?"

"Sẵn sàng rồi!" Qua giọng nói trong ống nghe, tôi đoán được mình sắp nghe một tin vui.

"Anh hãy để ý. Khi bắt đầu để ý tới hiện tượng kỳ lạ đang xảy ra, chúng em đã cẩn thận đếm và ghi chép để khỏi mang tiếng là phóng đại. Dù chỉ thêm một con cá..." Rồi Don đi vào chi tiết. Điều gì xảy ra khi đoàn của Don bắt đầu kiêng ăn cầu nguyện, xin Chúa dắt dẫn đến một mùa gặt bội thu.

Một thủy thủ đang đi bách bộ trên bờ biển đột nhiên thấy mười hai con cá cỡ trung bình nhảy trên một vũng nước ngay cạnh chân anh. Anh bắt chúng và đem về khách sạn. Đây là một mẻ cá lớn đến mức mà một số thuyền viên ăn cá thay cơm tối đó. Mấy hôm sau, một con cá thu thật lớn nhảy lên bờ. Lần này nhiều thuyền viên hơn được ăn cá thay cơm.

Và ngày sau nữa, trong khi một thành viên trong đoàn đến từ tiểu bang Texas, đang ngồi trên bờ biển tâm sự với Chúa. Đột nhiên những con cá bắt đầu nhảy lên. Cô reo lên mừng rỡ và gọi mọi người ra. Những gia đình người Hy Lạp cũng đến để bắt cá, còn bản thân Becky bắt được hai trăm mười con. Những người Hy Lạp còn bắt được một số lượng nhiều gấp ba lần như vậy.

Nhưng câu chuyện bắt cá kỳ lạ nhất vẫn chưa xảy ra.

"Thưa anh Loren. Thứ ba vừa qua, đúng tám giờ sáng, những con cá bắt đầu nhảy lên". Don và Deyon cùng các bạn trẻ chạy ra bãi biển vừa chạy vừa la hét. Trong vòng một trăm năm mươi thước, vô số cá văng mình lên trên đất lên. Họ chạy về khách sạn, tìm nhặt túi ni lông, xô nước, thùng giấy rồi chạy đi bắt cá. Trong vòng bốn mươi lăm phút anh em lượm nhặt không nguôi tay. Không biết cách nào để giải thích sự kiện kỳ lạ này. Điều gì đã khiến các con cá nhảy lên đất liền, chẳng ai hiểu nổi, kể cả những người dân chài địa phương. Họ nói rằng chưa bao giờ chứng kiến hiện tượng như vậy và kết luận: "Chắc Đức Chúa Trời ở cùng với YWAM".

Khi buổi lễ bắt cá kết thúc họ đếm lại số cá Chúa ban qua cách thức bất thường hôm ấy. "Anh Loren ơi, chắc anh không thể tin được đâu, chúng em bắt được 8.301 con, một tấn cá anh ạ. Liệu anh có thể hình dung phần cảm tạ của chúng em ngay trên bãi biển đó? Chúng em thật cần sự động viên ấy trong công tác của chiếc tàu Anastasis".

Như những con cá nhảy lên báo hiệu mùa gặt bội thu cho công tác của Anastasis, những món tiền cuối cùng để trả cho xưởng tàu cũng kéo nhau đến hộp thư của YWAM. Tiền đổ tới từ nhiều nơi trên thế giới. Hàng trăm ngàn đô-la đến từ sự dâng hiến một cách hy sinh của các nhân viên trong hội truyền giáo cộng thêm những món quà đặc biệt đến từ các cơ quan bạn như "Số nhà 100 đường Huntley", "Câu lạc bộ 700", "Hội Truyền Giáo Billy Graham", "Hội Truyền Giáo cho Thanh Niên của David Wilkerson" và hội "Những Ngày Cuối Cùng".

Không còn nghi ngờ gì nữa. Công vụ tàu thương xót sắp chào đời. Còn công vụ Trường Đại học Các dân tộc thì sao? Chúng tôi cuối cùng cũng đã có được thỏa thuận trả tiền góp dài hạn. Tuy vậy, khi một người quan sát vô tư bước trên khu đất của khách sạn Hoàng Hậu Thái Bình Dương cũ kỹ kia, chẳng có ai nghĩ rằng đây là một trường đại học. Tất nhiên chúng tôi không thể chờ đợi lâu hơn. Một bác sĩ phụ khoa nói rằng khi một người mang thai sinh đôi cho ra đời một đứa con, đứa con thứ hai cũng phải ra đời ngay tiếp theo, nếu không nó sẽ chết và tính mạng người mẹ cũng bị đe dọa. Ông ta còn nhấn mạnh chiếc tàu Anastasis đã chào đời, Trường Đại học Các dân tộc cũng phải rời lòng mẹ ngay tức khắc. Nếu chậm trễ thì cả nó và mẹ nó là YWAM sẽ không còn phương cứu vớt.

Lời nói khích lệ chúng tôi tiếp tục công tác giảng dạy huấn luyện mặc dầu chưa có trường sở. Trong lịch sử, trường đại học Oxford nổi tiếng cũng bắt đầu bằng một nhóm giáo sư và sinh viên nghèo làm việc trong bất cứ toà nhà nào mà họ có thể được phép sử dụng.

Ở Kona, chúng tôi bắt đầu các ban ngành như Tâm vấn theo nguyên tắc Kinh Thánh, Bảo vệ sức khỏe và cứu thương, Giáo dục thiếu nhi, Huấn luyện công nghệ thích hợp cho các nước chậm tiến. Bên cạnh đó chúng tôi có những khóa nghiên cứu về Kinh Thánh, truyền giáo và công vụ trong hội thánh. Những khóa học này được tổ chức ở trong tất cả các địa điểm tạm thời nằm rải rác trên bờ biển vịnh Kona.

Cả hai đứa con sinh đôi của YWAM đang cùng nhau lớn dần, tin tức về đứa con đầu tiên thật khích lệ. Chiếc tàu Anastasis đã đi thử một chuyến đầu tiên trong vịnh Athens mà không gặp một trở ngại gì. Chúng tôi đã đi qua các thủ tục đăng ký tàu dưới ngọn cờ Malta để thủy thủ của chúng tôi không phải nằm dưới sự điều hành của công đoàn. Bởi chiếc tàu Anastasis hoạt động không vì kinh doanh kiếm lời, nhưng nhờ sự cung ứng của Chúa, nên chúng tôi không thể thỏa mãn các điều luật của một số quốc gia như Ý, chỉ cho phép những người thuộc công đoàn làm việc trên tàu mà thôi.

Ngày trọng đại đó đã đến.

Chiếc tàu Anastasis rời cảng Athens ngày bảy tháng Bảy năm 1982. Phải chăng đây là một sự trùng hợp ngẫu nhiên hay sự sắp xếp thiên thượng để cho nó mở đầu công vụ đúng vào ngày sinh nhật thứ năm của hai đứa con sinh đôi của vợ chồng Jim và Jannie?

Chiếc tàu đang trên đường đến California, hải cảng miền tây nước Mỹ.

Darlene và tôi cùng hai con mình, Karen mười bốn tuổi và

David mười một tuổi bay đến thành phố Los Angeles để chào mừng nó. Đây là một ngày vui đặc biệt. Chiếc tàu Anastasis sẽ đến thành phố mà hội YWAM được thành lập cách đây hai mươi hai năm.

Tôi hồi tưởng biết bao nhiêu sự kiện đã xảy ra suốt hai mươi hai năm qua kể từ khi chúng tôi bắt đầu thực hiện giấc mơ Chúa ban từ trong một văn phòng làm từ buồng ngủ. Công tác của hội vấp phải cơn sóng gió trong tuổi thơ ấu. Tôi mỉm cười nhớ lại buổi gặp mặt với người lãnh đạo hệ phái Ngũ Tuần, ông Thomas Zimmerman cách đây không lâu. Tôi nói với ông rằng tôi vẫn yêu mến, quý trọng ông, cám ơn ông về ảnh hưởng của ông trong thời điểm quyết định của cuộc đời tôi. Mặc dầu ông không chú ý điều ấy lắm, ông đã giúp cho tôi thấy rõ khải tượng của Chúa cho hàng ngàn thanh niên ra đi truyền giáo từ tất cả các hệ phái, như những lớp sóng người khổng lồ. Trước khi chúng tôi chia tay nhau, tôi ngỏ ý muốn mời ông đến dạy ở Trường Đại học Các dân tộc ở Kona, Hawaii và ông đã nhận lời. Tôi siết chặt bàn tay ấm áp của ông và nói: "Xin chân thành cám ơn ông, người anh trong Chúa yêu mến của tôi..." Quả thật ông là một người anh đáng mến trong Chúa.

Bây giờ tôi đang đứng trong đám đông gồm hai ngàn người từ các hệ phái và hội thánh, họp mặt nhau bên cọc tàu số năm mươi mốt ở hải cảng thành phố để đón chào chiếc Anastasis. Thật thú vị thay, tôi đến đây với tư cách khán giả. Don Stephens là người có khả năng đưa giấc mơ tôi có được mười tám năm về trước trở thành hiện thực. Một người lãnh đạo phải tạo điều kiện cho người khác lớn mạnh và đảm nhiệm các công tác quan trọng, đó là trọng tâm của nguyên tắc gia tăng.

Bà Melody Green, đứng nói chuyện cho mọi người nghe về ước mơ của chồng mình được thấy chiếc Anastasis đi thi hành chức vụ... Tiếc thay ca sĩ Keith Green không có mặt ở đây vì anh vừa qua đời trong một tai nạn máy bay. Người ta mở nhạc, phát lại bài hát mà anh ưa thích. Cùng lúc đó chiếc tàu Anastasis xuất hiện và từ từ tiến vào bến cảng. Mọi người cùng đồng thanh hát theo giọng hát của ca sĩ Keith:

> Thánh thay, thánh thay, thánh thay!
>> Đấng Chủ tể oai quyền!
>> Đang khi tưng bừng sáng,
>> Chúng tôi đã dâng khúc hoan ca!

Tôi nhìn xung quanh thấy mọi người trang nghiêm hát ngợi khen Chúa, Có người mừng rỡ ra mặt, có người quay mặt chùi vội giọt nước mắt. Tôi lấy cùi tay khích nhẹ Darlene.

"Thật khác xưa phải không em?"

"Khác xưa là như thế nào hả anh?"

"Chắc em còn nhớ chín năm về trước, những người lãnh đạo trong YWAM reo hò ca ngợi chiếc tàu Maori mà làm ngơ Chúa Jêsus đứng trong bóng tối. Bây giờ mọi người ca ngợi Chúa Jêsus khi chào đón món quà của Ngài".

"Vâng, anh nói đúng lắm". Darlene siết chặt tay tôi, "Đây là sự lắng nghe và vâng lời tiếng phán của Chúa, phải không anh? Để chúng ta càng ngày càng biết Chúa sâu nhiệm hơn".

20
BIẾT CHÚA SÂU NHIỆM HƠN

Bây giờ là mùa xuân và chúng tôi đang ở Kona. Suốt vài tuần, các xe ủi đất đang rầm rộ san bằng mảnh đất của chúng tôi để chuẩn bị xây dựng cơ sở cho Trường Đại học Các dân tộc. David, con trai tôi đã được mười hai tuổi, hớn hở chạy theo xem chiếc máy kéo kéo bật đi những tảng đá lớn.

Nhiều điều khích lệ đã xảy ra trong vòng tám tháng qua. Kể từ khi chiếc tàu Anastasis cập bến ở thành phố Los Angeles. Ngày nay nó đang có mặt ở vùng biển Châu Đại Dương để làm công tác thương xót trong vòng những người nghèo khó.

Nguyên tắc gia tăng đang hoạt động hữu hiệu trong vòng chúng tôi. Mỗi một người giáo sĩ đều là một hạt giống. Nhiều người như Jim Roger, Kalafi Moala, Don Stephens, Floyd McClung, Leland Paris... đã bắt đầu lãnh đạo các công vụ quan trọng trong khuôn khổ của YWAM. Điều đó đem lại niềm hạnh phúc vô cùng lớn lao cho tôi. Chúa đã gia tăng nhân lực cho hội cỡ hàng ngàn người. Trong suốt thời gian qua, tôi không ngừng học được những bài học mới về lắng nghe tiếng Chúa phán, và vâng lời Ngài. Bây giờ, nếu mỗi một giáo sĩ tiếp tục làm như vậy, bước đi dựa trên những thành công và thất bại trước đây của chúng tôi, quyền năng của Chúa sẽ ban cho chúng ta lớn đến mức độ nào!

Ở thời điểm này, quyền năng của Chúa đã thể hiện một cách đáng kể. Tháng năm năm 1983, các vị lãnh đạo trong YWAM đổ dồn về Kona để họp mặt trong hội đồng hàng năm, trong phòng họp nhỏ bé, họ ngồi chật chội trên các hàng ghế với những khuôn mặt thân quen trong tình đồng đội. Họ thay nhau báo cáo những công việc Chúa đang thực hện trong cuộc sống của mình. Chúng tôi được biết:

- Với mức độ hiện tại, cuối năm 1983, các giáo sĩ của YWAM sẽ phục vụ ở một trăm chín mươi ba trong số hai trăm hai mươi ba quốc gia trên khắp thế giới.

- Chúng tôi sẽ gởi khoảng mười lăm ngàn tình nguyện viên ra đi trong những đoàn truyền giáo ngắn hạn.

- Chúng tôi sẽ có 3.800 giáo sĩ chuyên nghiệp vào tháng mười hai năm 1983, trong đó một phần ba là những người đến từ các nước thế giới thứ ba. Chúng tôi sẽ có một trăm mười ba trung tâm truyền giáo cố định và bảy mươi tám trường huấn luyện ở bốn mươi quốc gia.

- Chúng tôi có thể đưa chiếc tàu Anastasis với năm khoang tàu chở đầy các vật liệu cứu tế và xây dựng đến những nơi đang gặp thiên tai. Bên cạnh công việc của chiếc tàu, nhân viên của YWAM đang giúp đỡ người: nghèo khó ở mười hai nước trên năm lục địa khác nhau. Ở trại tị nạn Thái Lan, giáo sĩ của YWAM tổ chức các lớp học cho bảy trăm học sinh mỗi ngày.

- Trong năm 1982 vừa qua, chúng tôi phân phát quần áo cho ba mươi ngàn người nghèo khổ.

- Trong một năm, một ngàn giáo sĩ được gửi đi công tác ở Liên Xô.

- Mỗi một tháng, trung tâm truyền giáo của YWAM ở Hollywood nhận được hai ngàn cú điện thoại nhờ được giúp đỡ, hầu hết người gọi là từ những em thiếu niên bỏ nhà ra đi, những em kiếm sống bằng nghề mại dâm.

Chúng tôi được nghe kể về những giáo sĩ trẻ đã băng qua dải Himalaya, xuyên vào rừng rậm ở Amazon..., giảng đạo cho thanh niên hippi ở Nhật Bản..., tổ chức văn nghệ trên đường phố Paris..., phân phát cơm cháo cho những người không nhà không cửa ở Hồng Kông..., cứu đói ở các bộ lạc châu Phi..., chăm sóc nạn nhân chiến tranh ở Lebanon..., hay đi từng nhà phân phát Kinh Thánh trong các thành phố ở Mê-xi-cô.

Trong khi các bạn đồng nghiệp nói về công việc của mình, tôi cảm thấy niềm hào hứng trào dâng lên như thủy triều. Tôi thầm nhớ lại chuyến đi thám hiểm truyền giáo của mình ở châu Phi, tôi có dịp nói chuyện với một tù trưởng già nua với nước da nhăn nheo về Đức Chúa Trời vĩ đại là Đấng đã sáng tạo ra mọi người. Tôi cũng nhớ lại khi mình ngồi trên chiếc máy bay nhìn xuống thấy hàng ngàn ngọn lửa ở dưới mặt đất. Mỗi ngọn lửa ấy tượng trưng cho một xóm nhỏ chưa được nghe giảng Phúc Âm. Tôi cảm thấy choáng váng trước sứ mạng truyền giáo: "Hãy đi khắp thế gian, giảng tin lành cho muôn dân". Tuy nhiên, những ngọn lửa châu Phi quả thật mờ ảo nếu đem chúng so sánh với những ngọn lửa ở châu Á, nơi mà 40.000 người sống chung trong một khu chung cư nhiều tầng, nơi mà 60 % dân số thế giới tập trung lại, hầu hết họ chưa được nghe đến danh của Chúa Jêsus.

Chúng tôi đã gởi đi 15.000 giáo sĩ và tình nguyện viên mỗi năm, nhưng đây chẳng qua là một phần nhỏ của nhu cầu nhân lực. Nếu mỗi một người trong số 15.000 người đó truyền giảng cho một trăm người, chúng tôi cũng chỉ mới vươn tới 1.5 triệu trong số 5.5 tỷ người trên thế giới. Nhân lực còn quá ít, quá yếu. Chỉ có Đức

Chúa Trời mới đủ sức hoàn thành khải tượng về những cơn sóng và khiến cho mọi người trên đất nhận được một cách cá nhân sứ điệp về tình yêu của Ngài.

Trong buổi tối cuối cùng của hội đồng lãnh đạo, chúng tôi đi bách bộ trên mảnh đất còn lởm chởm đá sỏi, đến sân chào cờ để làm lễ dâng trường đại học cho Chúa.

Sân chào cờ còn được đặt tên là Quảng Trường của Các Dân Tộc. Chúng tôi đứng vòng tròn trên sân trong giờ phút nghiêm trang của buổi lễ. Mặt trời đã lặn xuống dưới mặt biển màu xanh thẫm của Thái Bình Dương. Những lá cờ của các quốc gia mà giáo sĩ YWAM đang có mặt bay phấp phới trên nền trời đang tối dần khiến tôi hình dung ra những lớp sóng người trẻ tuổi ra đi. Trước đây, tôi mơ về một ngàn người? Bây giờ tôi có thể hình dung đến hàng trăm ngàn người đang ra đi, cho đến khi tất cả các lục địa được phủ kín bởi các sứ giả của Chúa, những người mang theo hai bản tính song song của sứ điệp mà người giáo sĩ không bao giờ có thể quên được: Đó là yêu kính Đức Chúa Trời với tất cả tấm lòng, trí óc, năng lực và yêu thương người đồng loại như chính bản thân mình.

Còn có một chi tiết Chúa đã phán mà chưa xảy ra. Chúng tôi còn phải kiên nhẫn chờ thêm bảy tháng nữa.

Buổi sáng ngày thứ bảy mười bảy tháng mười hai năm 1983, khi mặt trời đã nhú dần ra khỏi rặng núi xanh lam của Hawaii, thách thức lớn nhất trong câu chuyện của chúng tôi đã đến.

Darlene và tôi, hai con Karen và David cùng ông bà bên nội, bên ngoại đứng giữa đám đông hai ngàn người đang giương mắt tới chân trời... Những đứa trẻ thơ nhướn người trên vai cha mẹ mình... kia rồi, chiếc tàu màu trắng đã xuất hiện xa xa. Một số người vỗ tay, một số khác reo hò: "Vinh quang thai, đáng ngợi khen thay Đức Chúa Trời toàn năng...!" Những chiếc xuồng nhỏ cổ truyền của người dân tộc bơi ra đón chiếc tàu trắng. Bản thánh ca đặc biệt của người Hawaii vang vọng khắp bầu không khí trong vịnh Kona.

Mười năm trước đây ngay ở địa điểm này, khi chúng tôi cầu nguyện qua đêm tìm cầu ý chỉ của Chúa, Chúa cho chúng tôi hình dung thấy một chiếc tàu trắng thả neo trong vịnh. Ngày hôm sau, trong giờ cầu nguyện của các sinh viên, một thiếu nữ cũng khẳng định chi tiết ấy. Ngay lúc đó mặc dù

hoàn cảnh thật trái ngược với sự giải thích, linh tính cho chúng tôi biết ngay đây là khải tượng về chiếc tàu truyền giáo – thương xót bơi vào vịnh Kona.

Và hôm nay, lời tiên tri đó đã được ứng nghiệm. Chiếc tàu Anastasis. Sự Sống Lại. Bạn hãy đặt những ước mơ của mình lên bàn thờ cho Chúa. Một ngày kia nó sẽ được sống lại trong một hình thể vinh quang hơn muôn phần.

Làm sao tôi có thể mô tả niềm vui mừng khôn xiết khi đứng nhìn Chúa làm việc thông qua một cá nhân tầm thường, đem lại một kết quả kỳ diệu như vậy. Bạn phải tự mình kinh nghiệm được điều ấy mới có thể đồng cảm với tâm trạng của tôi. Những gì chúng tôi đang thấy: Trường Đại học Các dân tộc ở phía sau lưng và chiếc tàu trắng phía trước mặt, cả hai đều thể hiện tiếng reo mừng đắc thắng từ chính bản thân Chúa Jêsus.

Chúng tôi đã học được bài học lớn nhất về sự dắt dẫn của Chúa. Tôi nhớ lại lời nhà tôi nói khi đứng đón chiếc tàu Anastasis lần đầu tiên ở hải cảng thành phố Los Angeles:

"Lắng nghe tiếng Chúa phán là gì, phải chăng là biết Chúa ngày càng sâu nhiệm phải không anh?"

ĐI NHANH VỀ PHÍA TRƯỚC

Kể từ ấn bản đầu tiên của quyển sách này được in ra, khải tượng nhìn thấy làn sóng những người trẻ đem Phúc Âm của Loren Cunningham vẫn tiếp tục tăng trưởng. Lần sinh nhật thứ năm mươi, YWAM đã thành lập công tác ở hơn 1,100 địa điểm trên khắp 170 quốc gia.

Một trong những xu hướng phấn khởi nhất đó là tốc độ tăng trưởng của YWAM giữa vòng những người trẻ ở Thế giới thứ ba. Một phần ba trong số mười tám ngàn nhân sự trọn thời gian đến từ các quốc gia vốn đã từng là những mục tiêu *đón nhận* công tác truyền giáo.

Một sự phát triển quan trọng khác đã được cam kết gia tăng trong công tác truyền giáo. Những giáo sĩ ngắn hạn tiếp tục được gửi đi, rồi rút về giống như khải tượng về làn sóng. Ba mươi ngàn tình nguyện viên ở khắp thế giới trong một năm gần đây cùng với hơn hai trăm ngàn người dự phần vào công tác phục vụ ngắn hạn hoặc chuyên môn (như hai ngàn người tham gia mục vụ King's Kids Quốc tế và ba ngàn người tham vào các Mục vụ Slavic của YWAM). Tuy nhiên, vẫn còn nhiều và rất nhiều người hiện đang làm việc trong các dự án dài hạn về truyền giáo, mở Hội thánh, cứu trợ và phát triển, hoặc các mục vụ huấn luyện.

Rất nhiều người được đề cập trong quyển sách này vẫn đang làm việc để hoàn thành Đại Mạng Lịnh. Don Stephen tiếp tục lãnh đạo mục vụ Mercy Ship, là mục vụ đã được phóng thích trở thành mục vụ độc lập vào năm 2003. Con tàu Marine Reach giờ đây là mục vụ trên biển của YWAM. Mục tiêu của Marine Reach là có những con tàu nhỏ hơn để tiếp cận các thành phố trên biển mà các tàu lớn không thể đi vào.

Trường Đại Học Các Dân Tộc đã phát triển để mở ra hơn chín trăm ngàn khoá học ngắn hạn mỗi năm, vài trường hiện đang tồn tại trong sáu ngôn ngữ, trải rộng đến khoảng bốn trăm địa điểm ở khắp 140 dân tộc.

Loren và Darlene vẫn tiếp tục đeo đuổi mục tiêu cuộc đời của họ, đó là: nhìn thấy Phúc Âm đến với từng người trong thế hệ này. Trong khi khải tượng của họ trở thành một hiện tượng, thì họ nhận ra khải tượng này vẫn còn rất nhỏ bé so với tất cả những gì Đức Chúa Trời đã bày ra trước mắt họ. Để khải tượng này được hoàn thành, cần phải có rất nhiều sự nhân bội đầy lạ lùng, rất nhiều cuộc chiến thuộc linh và lỗ tai để lắng nghe một cách liên tục tiếng phán của Cha trên trời...

Này là đường đi, hãy noi theo...

MƯỜI HAI BƯỚC THỰC HÀNH

Nếu như bạn là con cái của Chúa, chắc chắn bạn đã nghe được tiếng Chúa phán. Ấy là tiếng gọi thầm trong tâm linh đã dẫn dắt bạn tiếp nhận Chúa Jêsus. Cũng như Chúa Jêsus luôn tham khảo ý của Cha khi Ngài ở thế gian, chúng ta cần phải bắt chước noi gương Ngài. Điều đó khẳng định rằng tất cả tín hữu đều có đặc ân nghe được tiếng phán Thiên Thượng. Trong quyển sách này chúng tôi mô tả một vài trong số nhiều phương cách lắng nghe lời Chúa phán. Sự khám phá các phương cách ấy không bao giờ đến từ lý thuyết, nhưng từ sự đồng hành với Chúa trong cuộc sống thực tế.

Đừng ngộ nhận rằng quá trình lắng nghe lời Chúa phán rất phức tạp, thực ra nghe được lời Chúa phán không có gì khó nếu như bạn sẵn lòng vâng lời và mong muốn làm đẹp lòng Ngài. Nếu bạn khiêm nhường, Chúa sẽ hướng dẫn bạn (Châm ngôn 16:9).

Sau đây là ba bước thực tế giúp bạn chuẩn bị lòng mình cho lời Chúa phán.

Đầu phục Chúa: Cầu xin Chúa Thánh Linh làm yên lặng những suy nghĩ có sẵn trong đầu, những sự ao ước, những dư luận của người khác đã thâm nhập vào tâm trí của mình (2 Cô-ring-tô 10:5).

Mặc dầu Chúa đã ban cho chúng ta trí khôn để sử dụng, nhưng trong giờ phút này, bạn hãy đầu phục Chúa, mong muốn nhận được ý chỉ tốt lành nhất từ sự khôn ngoan của Chúa (Châm ngôn 3:5-6).

Chống cự lại ma quỉ: Kẻ thù luôn tìm cách lừa dối mình, đặc biệt khi mình đang chăm chú tìm cầu ý Chúa. Bạn hãy nhân danh Đức Chúa Jêsus buộc ma quỉ phải yên lặng, như Kinh Thánh gợi ý trong Gia-cơ 4:7 và Ê-phê-sô 6:10-20.

Mong chờ câu trả lời của Chúa: Sau khi tham khảo Chúa về một vấn đề nào đó, bạn hãy chờ đợi câu trả lời. Hãy chắc chắn trong lòng rằng sớm muộn Chúa cũng sẽ nói chuyện với mình (Giăng 10:27; Thi thiên 69:13; Xuất 33:11).

Để Chúa phán cho mình bằng phương pháp của Chúa. Chúa chọn nói chuyện với mình theo cách nào tùy ý Chúa; bởi Ngài là Cha, là Chủ, còn chúng ta là con cái, là tôi tớ (1 Sa-mu-ên 3:9).

Vậy chúng ta nên lắng nghe với sự hạ mình, bởi giữa hạ mình và nghe được tiếng Chúa phán có một sự liên kết chặt chẽ. Chúa có thể phán qua các phương cách sau đây:

Qua Lời Chúa: nhờ đọc Kinh Thánh hàng ngày. Chúa có thể khiến mình để ý một câu Kinh Thánh đặc biệt nào đó để khẳng định ý Ngài (Thi thiên 119:105). Chúa có thể phán qua lời mà người ta có thể nghe được (Xuất 3:4). Chúa có thể phán qua giấc mơ (Ma-thi-ơ 2), hoặc qua khải tượng (Ê-sai 6:1; Khải huyền 1:12-17). Nhưng phương cách thông thường nhất là tiếng nói thì thầm trong tâm linh chúng ta (Ê-sai 30:21).

Hãy thú nhận tội lỗi chưa được tha thứ. Sự trong sạch của lương tâm là điều kiện nhận được sự dẫn dắt của Chúa (Thi thiên 66:18).

Sử dụng nguyên tắc "tìm đầu rìu" mô tả cuối chương mười lăm của quyển sách này, và trong Kinh Thánh, sách 2 Các-vua 6. Nếu bạn đang mất phương hướng, hãy quay lại lời Chúa phán cho bạn lần cuối cùng và vâng phục. Câu hỏi quan trọng cần được đặt ra rằng: Bạn đã vâng phục điều Chúa mới phán bảo bạn làm chưa?

Trực tiếp nhận được sự dắt dẫn của Chúa. Chúa có thể sử dụng người khác để khẳng định ý Ngài, sau khi Ngài cho chúng ta biết trước. Nếu chỉ dựa vào người khác để tìm cầu ý Chúa thì bạn sẽ mắc một thói quen rất nguy hại (1 Các-vua 13).

Đừng nói về sự dắt dẫn của Chúa cho ai biết, cho đến khi Ngài cho phép bạn nói ra. Nhiều khi bạn có thể được phép nói ra, nhiều khi bạn phải chờ một thời gian. Lý do bạn phải chờ là Chúa muốn giúp bạn: (A) Tránh sự kiêu ngạo, bởi Chúa phán cho bạn; (B) Tránh sự ngộ nhận, trước khi bạn hiểu hết vấn đề; (C) Tránh hiểu lầm về thời điểm và phương cách của Chúa; (D) Tránh làm rối trí người khác, họ cũng cần phải chuẩn bị lòng và được Chúa phán trực tiếp Lu-ca 9:36; Truyền đạo 3:7; Mác 5:19).

Áp dụng nguyên tắc ba nhà thông thái. Giống như ba nhà thông thái được một Ngôi Sao dẫn dắt một cách riêng biệt đến một địa điểm để chào đón Chúa, Chúa cũng sẽ dùng ít nhất một người nhạy cảm tâm linh để khẳng định ý Ngài cho bạn.

Hãy cẩn thận sự lừa dối của ma quỉ. Bạn có bao giờ biết đến đồng đô-la giả chưa? Chắc có. Bạn đã bao giờ biết một con tem giả chưa? Thật buồn cười nếu có ai làm tem giả. Lý do là những gì có giá trị mới đáng làm giả mạo. Ma quỉ làm giả tất cả những gì của Chúa mà nó có thể bắt chước được (Công-vụ 8:9-11; Xuất 7:22). Sự dắt dẫn giả mạo có thể đến nhờ đoán số tử vi, bói bài, bói tay, đồng bóng... (Lê-vi-ký 20:6; 2 Các-vua 21:6). Sự dẫn dắt của Thánh Linh đưa chúng ta đến gần với Chúa Jêsus và vào sự tự do thật. Sự dắt dẫn của ma quỉ đưa chúng ta xa rời Chúa và đưa đến sự nô lệ của tội lỗi và thói hư tật xấu.

Chúng ta cần phải hỏi: Phải chăng sự dắt dẫn này hợp lý với

Kinh Thánh? Bởi Chúa Thánh Linh không bao giờ mâu thuẫn với Kinh Thánh.

Sự bất đồng của con người có thể là sự dắt dẫn của Chúa. Trong trường hợp của chúng tôi, Chúa cho phép người lãnh đạo của hệ phái buộc tôi từ chức để tôi có thể thực hiện một công việc lớn hơn trong công tác của nhiều hệ phái. Vấn đề quan trọng ở đây là sự khiêm nhường đầu phục (Đa-ni-ên 6:6-23; Công-vụ 4:18-22). Sự chống nghịch không đến từ Chúa nhưng nhiều khi Chúa muốn mình ra tách khỏi cấp trên của mình trong chương trình của Chúa. Bạn hãy cầu nguyện xin Chúa cho tấm lòng nhận biết sự khác nhau giữa những điều ấy.

Mỗi cá nhân đều có một chức vụ khác biệt (1 Cô-rinh-tô 12; 1 Phi-e-rơ 4:10-11; Rô-ma 12, Ê-phê-sô 4). Bạn càng tìm kiếm sự chỉ dẫn của Chúa trong từng chi tiết, bạn càng có hiệu quả trong công tác của mình. Tìm kiếm sự dắt dẫn của Chúa không phải là trò đùa. Đây là một trách nhiệm nghiêm túc để biết được Chúa muốn chúng ta làm gì, và bằng phương cách nào. Ý của Chúa là làm đúng công việc, nói đúng sự thật, ở đúng thời điểm và địa điểm, với đúng người, theo tiến trình đúng đắn, ở dưới thẩm quyền của cấp lãnh đạo, theo đúng phương pháp và với thái độ đúng đắn.

Thực tập lắng nghe tiếng Chúa thường xuyên khiến chúng ta dễ dàng nhận ra tiếng Ngài. Cũng như một người nhận ra tiếng nói của bạn mình trên điện thoại vì mình đã nghe giọng nói anh ấy quá nhiều lần. Bạn hãy so sánh giữa Sa-mu-ên trẻ tuổi và một tôi tớ đã trưởng thành của Chúa là ông Hê-li (1 Sa-mu-ên 3:4-7, 8:7-10, 12:11-18).

Mối tương giao là nguyên nhân quan trọng nhất trong việc lắng nghe tiếng Chúa phán. Chúa không những là Đấng Vô hạn, nhưng Ngài cũng là Đấng có nhân tính và có mối liên hệ. Nếu bạn không nói chuyện và lắng nghe Chúa, bạn không có mối tương giao trực tiếp với Ngài. Như Darlene đã chỉ ra. Sự dắt dẫn thực sự chính là sự gần gũi với Đấng Dẫn Dắt. Càng nghe được tiếng Chúa phán và vâng lời, chúng ta càng biết Chúa sâu nhiệm và làm Ngài vui lòng hơn (Xuất 33:11; Ma-thi-ơ 7:24-27).

VỀ TÁC GIẢ

 **Loren Cunningham** là người đồng sáng lập tổ chức Thanh Niên Với Sứ Mạng (gọi tắt là YWAM), một gia đình liên mục vụ ở khắp toàn cầu được ra đời vào năm 1960, đến nay đã lan rộng đến từng quốc gia trên đất. Loren vừa là người đồng sáng lập và cũng là hiệu trưởng danh dự của Trường Đại học Các dân tộc. Ông đã cùng vợ là Darlene, người cộng sự trong chức vụ của mình kể từ ngày thành lập YWAM, hiện đang hướng dẫn Trường Đại học Các dân tộc ở Kona, Hawaii. Loren đã đặt chân đến từng quốc gia có chủ quyền trên đất, tất cả các nước thuộc địa và hơn 100 địa phận và hải đảo vì cớ Đấng Christ và Đại Mạng Lịnh. Ông thường làm mục vụ ở sáu lục địa mỗi năm. Ông là tác giả của các sách như: Dám sống trên bờ vực, *Tôn Jêsus là Chúa, Chấm dứt nạn đói Kinh Thánh ngày hôm nay và Quyển sách biến đổi các dân tộc.*

MỤC VỤ TIÊN PHONG

Mục vụ Tiên Phong chuyển ngữ và xuất bản tài liệu Cơ Đốc, để rao truyền sự vinh hiển của Đức Chúa Trời, vì sự vui mừng của người Việt, đặc biệt là qua sự chịu khổ, trong Đức Chúa Jêsus Christ.

Tài liệu Cơ Đốc này không thể thay thế Lời Chúa và những tài liệu của Hội thánh mà quý con cái Chúa đang nhóm lại hàng tuần. Chúng tôi chỉ mong con cái Chúa sử dụng các tài liệu này để bày tỏ Phúc Âm của Đức Chúa Jêsus Christ cho gia đình, người thân, bạn bè và cộng đồng xung quanh.

Nếu bạn muốn biết làm thế nào để dâng hiến và tìm hiểu thêm về tài liệu Cơ Đốc của Mục vụ Tiên Phong, xin vui lòng liên hệ chúng tôi bằng thư điện tử info@tienphong.org, hoặc bạn có thể tìm đến trang điện tử www.tienphong.org để mua, tải về và đọc các tài liệu miễn phí của chúng tôi.

Chúng tôi chân thành biết ơn các anh chị em con cái Chúa đã tin tưởng hỗ trợ dự án tài liệu Cơ Đốc cho người Việt của Mục vụ Tiên Phong.

Xin Chúa dẫn dắt,

Mục vụ Tiên Phong